தொப்புக்கட்டு

சிறார் சிறுகதைகள்

துரை ஆனந்த் குமார்

Dhobukatteer (in Tamil)
Durai Anand Kumar
Illustration: Pillai
First Published: July, 2024
BOOKS FOR CHILDREN
imprint of Bharathi Puthakalayam
7, Elango Salai, Teynampet, Chennai - 600 018.
Email: bharathiputhakalayam@gmail.com | www.thamizhbooks.com

தொபுக்கட்டீர்

துரை ஆனந்த் குமார்

ஓவியம்: பிள்ளை

முதல் பதிப்பு: ஜூலை, 2024

வெளியீடு:

புக்ஸ் ஃபார் சில்ரன் | பாரதி புத்தகாலயத்தின் ஓர் அங்கம்

7, இளங்கோ சாலை, தேனாம்பேட்டை, சென்னை – 600 018.
தொலைபேசி : 044 24332424, 24330024 | விற்பனை: 24332924

விற்பனை உரிமை

விற்பனை நிலையங்கள்

அருப்புக்கோட்டை: *கதவுஎண் 49 A/4 மெயின் ரோடு, தெற்கு தெரு - 9994173551*

ஈரோடு: *39: 39 ஸ்டேட் பாங்க் சாலை - 9245448353*

கரூர்: *நாரத கானசபா அருகில் (TNGEA OFFICE)- 9442706676*

காரைக்குடி : *12, 2 வது தெரு, கம்பன் மணிமண்டபம் பின்புறம் - 9443406150*

கும்பகோணம்: *352, ரயில் நிலையம் எதிரில் - 9443995061*

கோவை: *77, மசக்காளிபாளையம் ரோடு, பீளமேடு - 8903707294*

சிதம்பரம்: *22A / 18B தேரடி கடைத் தெரு, கீழவீதி அருகில் - 9994399347*

செங்கல்பட்டு: *1 D ஜி.எஸ்.டி சாலை - 044 27426964*

சேலம்: *15, வித்யாலயா சாலை*

தஞ்சாவூர்: *காந்திஜி வணிக வளாகம் காந்திஜி சாலை - 9655542400*

திண்டுக்கல்: *பேருந்து நிலையம் - 9942331105, 9976053719*

திருச்சி: *வெண்மணி இல்லம், கரூர் புறவழிச்சாலை - 9994289492*

திருநெல்வேலி: *நவஜீவன் டிரஸ்ட் வளாகம், 48-B/10, அம்பை ரோடு, வீரமாணிக்கபுரம் - 9442149981*

திருப்பூர்: *447, அவினாசி சாலை - 9486105018* | **திருவண்ணாமலை:** *முத்தம்மாள் நகர்*

திருவல்லிக்கேணி: *48, தேரடி தெரு - 9444428358*

திருவாரூர்: *35, நேதாஜி சாலை - 9442540543*

நாகர்கோவில்: *699 கே.பி.ரோடு R.V.புரம் - 9443450111*

நெய்வேலி: *பேருந்து நிலையம் அருகில், - 9443659147*

பழனி: *பேருந்து நிலையம் அருகில் - 7010760693*

பாண்டிச்சேரி : *கிழக்கு கடற்கரைச்சாலை, இலாசுப்பேட்டை, 9486102777*

பெரம்பூர்: *52, கூக்ஸ் ரோடு - 9444373716*

மதுரை: *37A, பெரியார் பேருந்து நிலையம் - 045 22324674 & சர்வோதயா மெயின்ரோடு*

வடபழனி: *பேருந்து நிலையம் எதிரில் அடையார் ஆனந்தபவன் மாடியில் - 9444476967*

விருதுநகர்: *131, கச்சேரி சாலை - 0456 2245300*

வேலூர்: *பேஸ் III, சத்துவாச்சாரி - 9442553893*

நினைத்த நூல்கள்... நினைத்த நேரத்தில்...  BharathiTV | www.bookday.in

  8778073949

ரூ.50/-
அச்சு : பிரிண்டெக், சென்னை - 600 005.

சிறார் இலக்கியம் என்னும் பெருங்கடலில்
தொப்புக்கட்டீர் என்று குதித்து, வாசிப்பு என்னும்
நீச்சலை நேசிக்கும் சிறார் டால்ஃபின்களுக்கு!
BOOKS FOR CHILDREN என்னும்
கலங்கரை விளக்கிற்கும்!!!

உள்ளடக்கம்

குழந்தைகள் உளவியலும், கொத்துச் சாவியும்

அன்றாடம் நம் வீட்டில், வகுப்பறையில், மைதானத்தில், சாலைகளில், சமூகத்தில் நிகழும் சம்பவங்களைக் கதைகளாக்கி குழந்தைகளுக்குத் தருதல் ஏன் அவசியம் என்ற கேள்விக்கு விடையளிக்கிறது இந்தப் புத்தகம்.

கதைகளை வாசிக்கும் குழந்தைகள், எளிதில் கதாபாத்திரங்களுடன் இணைந்து, நிகழ்வோடு கலந்து விடுவார்கள். தங்களைக் கதை நாயகனாக பாவித்துக் கொள்வதும், கதையில் சொல்ல வந்த கருத்துகள் தனதானது என்று உறுதியாக நம்புவதும் அவர்களது சுபாவம். உலகத்துடன் குழந்தைகளின் தொடர்பு, உளவியல் ரீதியாக இப்படித்தான் நிகழ்கிறது. மனம் ஆரோக்கியமாக வளர்ச்சி பெருகிறது. அப்படிப் பல நிகழ்வுகளை நினைவில் கொணர்ந்து கதைகளாக்கித் தந்திருக்கிறார் சிறார் எழுத்தாளர்,'துரைஆனந்த்குமார்'.

தற்காலச் சிறார் எழுத்துகளில் குறிப்பிடத்தக்க பங்களிப்பு செய்திருக்கும் இவர் அறிவியல், மாய யதார்த்தம், உளவியல், சூழலியல், என பல வகைமைகளில் புத்தகங்கள் தந்துள்ளார். தற்கால சிறுவர்களின் மனநிலைக்கு ஏற்றவாறும், உளவியலுக்கு ஏற்றவாறும், எண்ண ஓட்டத்திற்கு ஏற்றவாறும்பதிப்பாகியுள்ள இவரது 'காயா,பழமா', 'ஆகச் சிறந்த வீரன்', 'ரோஸ்லினும் ரோஜாப்பூவும்','நீலக் கழுகு'. 'வாலியர்கள்' போன்ற சிறார் நூல்களை உதாரணமாகச் சொல்லலாம்.

'தொபுக்கட்டீர்' தொகுப்பில்,எல்லாக் கதைகளின் முடிவிலும் கதை நாயகர்முகங்களில் புன்னகையை மலரச் செய்திருப்பது சிறப்பு.

'சுழல் விளக்கு' கதையில், சத்தியமங்கலம் காட்டுப் பகுதி பள்ளியில் படிக்கும் ராணியை பள்ளி நிர்வாகம் சென்னைக்கு சுற்றுலா அழைத்துச் செல்கிறது. எளிய குடும்பத்தில் பிறந்த

ராணி,திடீரென்று தொலைந்து போக, சுழல் விளக்கு வைத்த வாகனத்தில் செல்லும் ஆசை நிறைவேற என்ன செய்ய வேண்டும் என்று கற்றுக்கொள்கிறாள். வளமான எதிர்காலம் கிடைக்கும் என்ற நம்பிக்கை புன்னகையாக பூக்கிறது.

'அவர்களின் ஒருவன்' கதையில், ஆட்டிசம் பாதிப்புக்குள்ளான தம்பிக்காகப் பிறந்த நாள் கொண்டாட்டத்தை நண்பர்கள் தூண்டுதலுக்குப் பிறகும் எளிமையாக நடத்த ஆசைப்படுகிறாள். எதிர்பாராமல் அன்று தம்பியின் செயலில் மாற்றம் நிகழ்வதைப் பார்த்துப் பூரிக்கிறாள் புன்னகையுடன்.

'ஆளில்லா மைதானம்' கதையில், கல் எறிந்த சிறுவர்கள் நடைப்பயணம் செய்யும் அதிகார வர்க்கத்தில் பிறந்த ஆர்யாவால் மன்னிக்கப் படுகிறார்கள். மறுபடியும் நடைபடையணத்தை தொடரும் போது,யாரோ ஏதோ ஒன்று வீச தலையில் விழுகிறது. பந்துபோல சுடுட்டிய காகித உருண்டையைப் பிரித்தபோது, விளையாட்டுச் சிறுவர்களின் உண்மை மனது தெரியவருகிறது. ஆர்யாவின் முகத்தில் புன்னகை ரேகை படர்கிறது.

'முரண்டு பிடித்தவள்' கதையில், கன்று குடிக்க இருந்த பாலை, தனக்காக எடுத்துத் தரும் பாட்டியின் பாசத்தைக் காட்டிலும் கன்றுக்காக வரிந்து பேசும் பூஜாவின் பாசத்தில் துளிர்க்கிறது சுட்டிப் புன்னகை.

குழந்தைகளில் அறிவுத்திறனை வளர்க்கும் 'பத்துக்குப் பத்து' கதையில் வரும் நிகழ்வுகள் அட்டகாசம். 'இருவழிச் சொல்' சொல்லும் போட்டியில், குழந்தைகளுக்கு ஒரு கணிதப் புதிர் வழியே ஒரு சொல்லை கண்டுபிடித்து வெல்லும் குமரனின் மனதில் நிறையும் மகிழ்ச்சியின் சான்றாக முகத்தில் ஒளிர்கிறது புன்னகைக் கீற்று.

ரோஜா மைனாவை வளர்க்க ஆசைப்படும் வினியின் மனமாற்றத்தில் தெரிகிறது பரிவின் புன்னகை.

'நில்,கவனி,செல்லாதே' கதையில், அப்பு என்கிற குட்டி யானைக்கு சாலைப் பாதுகாப்பு விதிகளை கற்றுதரும் மதன், எதிர்பாராத சூழ்நிலையில் குட்டியானையைக் காப்பாற்ற நினைக்கிறான். அப்பு தன் குடும்பத்தாருடன் இரவில்

சாலையைக் கடக்க வந்தபோது, மதன் செய்த செயல் ஒன்று, யானைக் கூட்டத்தைக் காப்பாற்றுகிறது. இறுதியில் மதன் முகத்தில் தவழ்கிறது ஆசுவாசப் புன்னகை.

'தொபுக்கட்டீர்' கதையில், சைக்கிள் கற்றுக்கொள்ளப் பயந்து நடுங்கும் சிந்து, மாமாவின் துணிச்சலான செயலால் ஒரு பாடம் கற்கிறாள். ஒரு தேவையென்று வரும் போது, நம் மீது நமக்கு நம்பிக்கையும் தைரியமும் வரணும் என்று அம்மா அவளை வாழ்த்தும்போது, பூவாக மலர்கிறது முகம். புன்னகையில் உதடுகள் விரிகின்றன.

சிறார் கைகளில் புதையல் பரிசாகக் கிடைத்திருக்கும் இந்தத் தொகுப்பில், குழந்தைகளின் கள்ளங்கபடமற்ற மனோபாவமும், ரசனையும், உயிர்ம நேயமும், பரிவும், நம்பிக்கையும் குட்டிக் குட்டிக் காதாபாத்திரங்கள் வழியாகக் காண முடிகிறது.

குழந்தைகள் மனவுலகைத் திறக்கும் கொத்துச் சாவியை நம்மிடம் கையளித்திருக்கிறார் துரை ஆனந்த் குமார்.

கதாசியருக்கும், கதைகளை வாசிக்கக் காத்திருக்கும் சுட்டிகளுக்கும் அன்பு வாழ்த்துகள்!

கொ.மா.கோ.இளங்கோ

என்னுரை

புத்தகத்துக்கு தொபுக்கட்டீர்னு யாராவது பேர் வைப்பாங்களா?

ஏன் வைக்கக்கூடாது? நிச்சயம் வைக்கலாம். ஆனால் ஏதாவது காரணம் இருக்க வேண்டும் அல்லவா?

• குழந்தைகளுக்கு இந்தப் பெயர் கொஞ்சம் வேடிக்கையாக இருக்கும், அதனால் பிடிக்கும் என நம்புகிறேன்.

• இந்த சிறுகதைத் தொகுப்பில் உள்ள ஒரு கதையின் பெயரும் அதுதான்.

• மெது... மெதுவாக விழுவது வேறு! எதிர்பாராமல் சட்டென விழ வேண்டும். அதைத்தான் தொபுக்கட்டீர் என்று சொல்வோம். அதேபோல, இந்தத் தொகுப்பிலுள்ள எல்லா சிறார் சிறுகதைகளிலும் ஒரு திடீர் திருப்பம் இருக்கிறது. சிறிதோ பெரிதோ, அந்தத் திருப்பம் கதையின் போக்கை திடுமென மாற்றுகிறது. அதனால்தான் தொபுக்கட்டீர்!

இந்தப் புத்தகத்திலுள்ள எல்லாக் கதைகளின் கடைசிச் சொல்லும், 'புன்னகைத்தான், புன்னகைத்தாள், புன்னகைத்தார்கள் அல்லது புன்னகைத்தது' என இருக்குமாறு எழுதி முடித்திருக்கிறேன். கதையும் புன்னகைக்க வைத்ததா என அறிய ஆவல். இப்போது நான் எழுதிவரும் அறிவியல் புனைவு நாவல் புத்தகத்தின் வழியே உங்களை மீண்டும் சந்திக்கிறேன்.

அன்புடன்
துரை ஆனந்த் குமார்
Durai.ak@gmail.com
+971501974975

1
சுழல் விளக்கு

ராணி அதிர்ச்சியடைந்தாள். சென்னை மாநகருக்கு முதன் முதலாக வந்து, மகிழ்ச்சியடைந்த வேளையில் இவ்வளவு பெரிய சோதனையா?

சத்தியமங்கலம் காட்டுப்பகுதியினுள் ஒரு சிறிய பள்ளிக்கூடம் இருந்தது. அங்கு நூற்றுக்கும் மேற்பட்ட பழங்குடியினப் பிள்ளைகள் படித்து வந்தார்கள். அவர்களுள் ராணி என்ற சிறுமிக்கு சின்னச் சின்ன ஆசை ஒன்று இருந்தது. அவளைப் பொறுத்தவரை பெரிய ஆசை என்றுகூடச் சொல்லலாம்.

சென்னை மாநகரைச் சுற்றிப் பார்க்கவேண்டும் என்ற ஒரு ஆசை, சிறுவயது முதலே அவளுக்கு இருந்தது. அதுவரை கைவராத அந்தப் பொன்னான வாய்ப்பு, ஒருவழியாக அமைந்துவிட்டது; ஆம்! பள்ளியின் சார்பில், இரண்டு நாட்கள் கல்விச் சுற்றுலாவாக, சென்னைக்குச் சென்றுவர ஏற்பாடு செய்திருந்தார்கள்.

இசக்கிமுத்து என்ற நண்பன், "எனக்கு சென்னையில கடற்கரைக்குப் போகணும்னு ஆசை. உனக்கு?" என்று கேட்டான். ராணி, "பொம்மைத் துப்பாக்கியால சுட்டுப் பாக்கணும்; அப்புறம், சுழல் விளக்கு வெச்ச வாகனத்தில சென்னையின் நெடுஞ்சாலையில போகணும்" என்றாள்.

சுற்றுலா செல்லவேண்டிய நாளும் வந்துவிட்டது. ராணி, சுற்றுலாப் பேருந்தில் ஜன்னலோரம் கிடைத்த இருக்கையில் மகிழ்வுடன் அமர்ந்தபடி கிளம்பிவிட்டாள்.

முதல் நாளின் பொழுது விரைவாகச் சென்றது. மால், மேம்பாலம், மெட்ரோ ரயில், உயிரியல் பூங்கா எனப் பல்வேறு இடங்களைப் பார்த்தாகிவிட்டது. இரண்டாம் நாளன்று கோளரங்கம், கத்திப்பாரா சதுக்கம், செயின்ட் தாமஸ் மலை, விமான நிலையம் ஆகிய இடங்களைப் பார்த்தாகிவிட்டது. மாலையில், சுற்றுலாப் பேருந்து, கடற்கரையில் சென்று நின்றது. சிறிதுநேரம், அங்கு பொழுதைப் போக்கிவிட்டு, ஊருக்குச் செல்ல

வேண்டும். அவ்வளவுதான்; சுற்றுலா முடியப்போகிறது! அடுத்து வழக்கம்போலப் பள்ளிக்குச் செல்லவேண்டும்; படிக்கவேண்டும் என நினைத்து அவளுக்கு ஒரே ஆயாசமாக இருந்தது. சரி, மீதம் இருக்கும் சுற்றுலாவையாவது ரசிப்போம் என நினைத்தாள்.

கடற்கரையில், ராணியும் மற்ற நண்பர்களும் கால்களை நனைத்து விளையாடி மகிழ்ந்தனர். இசக்கிமுத்து, "என்ன ராணி? உன்னுடைய இரண்டு ஆசைகளும் நிறைவேறிடுச்சா?" என்று கேட்டான். இல்லையென்று சோகமாகத் தலையாட்டிய ராணியின் கண்களில், தூரத்தில் இருந்த துப்பாக்கி சுடும் கடையில், வரிசையாக வைக்கப்பட்டிருந்த பலூன்கள் தென்பட்டன. அந்த பலூன் கடையை நோக்கிச் செல்ல ஆரம்பித்தாள். பத்து குண்டுகளை வாங்கி பலூன்களை சுட்டு முடித்த ராணிக்கு, ஓர் ஆசையாவது நிறைவேறிவிட்டதில் மகிழ்ச்சி.

மகிழ்ச்சியுடன் துள்ளிக் குதித்தபடி திரும்பி நடந்த ராணி, திகைத்து நின்றுவிட்டாள். ஓரிரு நிமிட இடைவெளியில் தவறு நிகழ்ந்துவிட்டது. நண்பர்களைக் காணவில்லை; அது மட்டுமா? அவளுடைய பேருந்தையும் காணவில்லை. ராணி அதிர்ச்சியடைந்தாள். சென்னை மாநகருக்கு முதன்முதலாக வந்து, மகிழ்ச்சியடைந்த வேளையில் இவ்வளவு பெரிய சோதனையா? 'இந்தச் சென்னை மாநகரில் தன்னந்தனியாக மாட்டிக்கொண்டோமே!' என்று எண்ணிய ராணி, படபடத்த இதயத்துடன், துடித்த உதடுகளுடன் கண் கலங்கினாள்.

அருகிலிருந்த காவல் கண்காணிப்பு மையத்தை அணுகி, தான் சுற்றுலா வந்த பேருந்தைக் காணவில்லையென்று தெரிவித்தாள். காவல் அதிகாரி, "பேருந்தின் நிறம், பதிவு எண் இதெல்லாம் சொல்ல முடியுமா?" என்று கேட்டார். ம்ஹூம் என உதட்டைப் பிதுக்கினாள். "சுற்றுலா வரும்போது இதையெல்லாம் குறிச்சி வெச்சிருக்கலாம்ல பாப்பா?" என்று அவர் கேட்டபோது கண்ணீருடன் தலையைக் குனிந்துகொண்டாள்.

"உன்கிட்ட மொபைல் இருக்கா?" என விசாரித்தார். இல்லை என்று தலையாட்டினாள்.

"ஆசிரியர், நண்பர்கள் யாரிடமாவது மொபைல் இருக்கிறதா?" என விசாரித்தார். சற்று யோசித்தவள், "பஸ்சுல எங்க சார் இருக்கிறாரு. அவர்கிட்ட மொபெல் இருக்குது. ஆனா பழைய மொபெல்; பல நேரம் சிக்னல் கிடைக்காது; வேலை செய்யாது!"

என சொல்லிக்கொண்டே அவரது அலைபேசி என்னைக் கொடுத்தாள். காவலர்களும் முயற்சி செய்துகொண்டே இருந்தார்கள்.

வயிற்றில் பட்டாம்பூச்சி பறக்கும் உணர்வுடன் ராணி நின்றிருந்தாள். அப்படி எவ்வளவு நேரம் நின்றிருந்தாள் என்று அவளுக்கே தெரியவில்லை. திடீரென்று, "பாப்பா! உன்னைத்தான்" என்ற குரலைக் கேட்டு, சுய உணர்வுக்கு வந்தாள். பெண் காவலர் ஒருவர், சிறிய புன்னகையுடன் அவள் முன் நின்றிருந்தார்.

"உங்க சார்கிட்டப் பேசிட்டோம்; உன்னுடைய பேருந்தைக் கண்டுபிடிச்சிட்டோம். இங்கிருந்து கிளம்பி, கொஞ்ச தூரம் போயிடுச்சு. பிடிச்சு நிறுத்தி வெச்சிருக்கோம். இப்ப உன்ன அழைச்சிட்டுப்போயி, உன்னோட பஸ்ல ஏத்தி விடுறோம். போலாமா?" என்று கேட்டார். நிம்மதி உணர்வுடன் தலையாட்டினாள்.

ராணியை ஏற்றிக்கொண்ட காவல்துறையின் வாகனம், சுழலும் விளக்குகளுடன், விரைய ஆரம்பித்தது. பிரதான சாலையில், காவல் வாகனத்தைக் கண்ட மற்ற வாகனங்கள் சட் சட்டென ஒதுங்கி வழிவிட்டன.

"உங்களால என்னோட ரெண்டாவது ஆசையும் நிறைவேறிடுச்சு" என அந்தக் காவலருக்கு நன்றி தெரிவித்தாள். என்னென்ன ஆசைகள், எங்கிருந்து வருகிறாள் என்றெல்லாம் கேட்டறிந்த அந்தக் காவலர், "நல்லா படி. வாய்ப்புகளைத் தேடு! கிடைக்கும் வாய்ப்பை நல்ல முறையில பயன்படுத்து. அப்புறம் பெரிய அதிகாரியா வந்தா, ஒவ்வொரு நாளும் நீ சுழல் விளக்கு வெச்ச வாகனத்துல போய் வரலாம்" என்று சொல்லி ராணிக்கு விடைகொடுத்தார்.

காவல்துறை வாகனம், அவளுடைய பேருந்தின் அருகில் சென்று நின்றது. நன்றி சொல்லிவிட்டுப் பேருந்தினுள் ஏறிக்கொண்டாள். நண்பர்கள் வரவேற்று மகிழ்ந்தனர். பேருந்து புறப்பட்டது; ராணி அந்தக் காவலருக்குக் கையசைத்து விடைகொடுத்தாள்.

"ச்சே, சுற்றுலா முடியப்போகுது. திரும்ப ஸ்கூலுக்குப் போகணுமே!" என இசக்கிமுத்து கவலையுடன் சொன்னான்.

"அப்படி இல்லடா! படிச்சாதான் நமக்கு வளமான எதிர்காலம் கிடைக்குமாம். போலீஸ் அத்தை சொன்னாங்க" என்று ராணி புன்னகைத்தாள்.

2

அவர்களில் ஒருவன்

அந்த மாலை நேரத்தில் எல்லா நண்பர்களும், பிறந்த நாள் வாழ்த்துப்பாடலை ஒரே குரலில் சத்தமாகப் பாடியபோது, சத்யா பெருமித உணர்வுடன் கேக்கை வெட்டினாள். ஒரு பக்கம் பிறந்தநாள் பாடல், இன்னொரு பக்கம் தொலைக்காட்சி, அதனுடன் சேர்ந்த நண்பர்களின் ஆரவாரப் பேச்சு என்று, அந்த வீடு முழுதுமே ஒரே கோலாகலம்தான். யார் பேசினாலும் புரியாத அளவுக்கு ஒரே ஆனந்தக் கூச்சல் நிலவியது.

நண்பர்கள், தத்தம் வீடுகளுக்குக் கிளம்பத் தயாரானார்கள். முதலில் வருண்தான், "அடுத்து யாரோட பிறந்தநாள் வருது?" என்று ஆரம்பித்தான். அனிதா, "வர்ற ஞாயிறு அன்னிக்கு, நம்ம மேனகாவோட பிறந்தநாள்!" என்றாள். மேனகாவின் முகத்தில் மகிழ்வும், உடனே ஒரு தவிப்பும் மின்னி மறைந்தன.

ராஜு, "அப்படின்னா, அடுத்தவாரம், மேனகாவின் வீட்ல கொண்டாடுவோம்! சரியா?" என்றான் கண்களை உருட்டியபடி. மேனகா, ஆமாமென்றும் சொல்லாமல், இல்லையென்றும் சொல்லாமல் ஒரு மாதிரி விழித்தாள்.

"நீ ஏன் எங்க யாரையுமே ஒரு தடவைகூட உன் வீட்டுக்குக் கூப்பிடவே மாட்ற?" என்று நிர்மலா நேரடியாகவே கேட்டுவிட்டாள். மேனகா பதில் சொல்லத் தடுமாறினாள். அதே நேரம், வீட்டு வாசலில், அவளது அப்பாவின் பைக் வந்து நின்றது. விட்டால் போதுமென்று ஓட்டமும் நடையுமாகச் சென்று, ஏறிக்கொண்டாள்.

மறுநாள் காலையில், மேனகா வீட்டில் தொலைபேசி அழைத்தது. சத்யாதான் என்று தெரிந்துகொண்டவள், மகிழ்வுடன் பேசினாள். சத்யாவின் பிறந்தநாளில் ஆரம்பித்த பேச்சு, மேனகாவின் பிறந்தநாளில் வந்து முடிந்தது.

"எல்லாருக்கும் உன்னைப் புடிக்கும் மேனா! ஆனா, உன்னோட வீட்டுக்கு நீ ஒரு தடவைகூடக் கூப்புடலன்னு

எல்லாரும் உன்னைத் தப்பா நினைக்கிறாங்க. இப்ப உன்னோட பிறந்த நாள் வேற வருது. எதுவும் சொல்ல மாட்ற! என்னதாண்டி உன் பிரச்சினை?" என்று விசாரித்தாள்.

சற்று யோசித்த மேனகா, "சத்யா! பத்து வயசுல, எனக்கு ஒரு தம்பி இருக்கான், ஆட்டிசத்தால பாதிக்கப்பட்டிருக்கான்!" என்றாள் மெதுவான குரலில். சத்யா, "அப்படியா?" என்றாள் சற்றே அதிர்ச்சியுடன்.

மேனகா, "ஆமா! பிறந்தநாள் விழாவின் அதிக வெளிச்சம், இரைச்சல், பலரோட ஒரே இடத்தில இருப்பது இதுபோன்ற விஷயங்கள், சிவாவுக்கு ஒத்துவராது. அவன் யார்கூடயும் சேரமாட்டான்; மிரண்டு அழுவான்; செட் ஆகாது! அதனாலதான், இதுவரை உங்க யாரையும் வீட்டுக்குக் கூப்பிடல! ஆனா இந்த முறை கூப்பிடப்போறேன், வர்றது வரட்டும்" என்றாள் சோகமாக.

மேனகாவின் பிறந்தநாள் அன்று, அவர்கள் வீட்டின் தோட்டத்தில், திறந்தவெளியில் மேனகாவும் அவளுடைய தம்பி சிவாவும் சிலுசிலுவென்ற மெல்லிய காற்றினை அனுபவித்தபடி நின்றிருந்தனர்.

நண்பர்கள் ஒவ்வொருவராக வர ஆரம்பித்தனர். ஏற்கெனவே முடிவு செய்தபடி, வழக்கமான ஆரவாரம் ஏதுமின்றி, மிருதுவான குரலில் பேசிக்கொண்டிருந்தனர். கேக் வெட்டும்போதும் வாழ்த்துப்பாடலை, காதை உறுத்தாத அளவிலேயே பாடினார்கள். எப்போதும் அளவின்றிக் கூச்சலிடும் நண்பர்களா இவர்கள்? இப்படி அமைதியாக இருக்கிறார்களே என மேனகாவிற்கு ஒரே வியப்பாக இருந்தது.

கேக் சாப்பிட்டு முடித்தவுடன், நடுவில் சிவாவை நிற்கவைத்து, சுற்றி வட்டமாக அனைவரும் நின்றுகொண்டனர். ஒரு பந்தை சிவாவிடம் கொடுக்க, அவன் முதலில் மேனகாவிடம் மட்டும் எறிந்தான். பந்தை அவனிடம் தர, மீண்டும் அவளிடமே எறிந்தான். போகப்போக, எல்லோரிடமும் எறிந்து விளையாடினான். அவன் மிகவும் ஆனந்தப்படுகிறான் என்று அவனுடைய உடல்மொழியின் மூலம் அனைவரும் புரிந்து மகிழ்ந்தனர்.

"கடைசி நேரத்துல நீ கூப்பிட்டதால, பரிசு எதையும் குடுக்க முடியாம போயிடுச்சு", என மகேஷ் வருத்தப்பட்டான். "நான் சுத்தமா எதிர்பாக்காத அருமையான பரிசைத்தான் ஏற்கெனவே

நீங்கள்லாம் சேந்து குடுத்துட்டீங்களே, ரொம்ப நன்றி" என்று மேனகா கண்ணால் காட்டிப் புன்னகைத்தாள்.

அவள் சுட்டிக்காட்டிய இடத்தில், எல்லா நண்பர்களுடன் சேர்ந்து, சிவா அவர்களில் ஒருவனாக மகிழ்ச்சியுடன் விளையாடிக்கொண்டு இருந்தான். அவர்களும் அவனை முழுமனதுடன் கொண்டாடிக்கொண்டு இருந்தார்கள்.

"இனிமே நாங்க சிவாகூட பேசவும், விளையாட்டுக் காட்டவும் அப்பப்ப வருவோம். நீ கூப்பிடலன்னாலும்", என்றாள் சரண்யா. இவர்களைப்போய் இத்தனை நாட்களாக வீட்டுக்குக் கூப்பிடாமல் விட்டுவிட்டோமே என மேனகாவுக்குத் தோன்றியது.

"கட்டாயம் வாங்க!" என மேனகா தயக்கம் ஏதுமின்றிப் புன்னகைத்தாள்.

3

மடிக்கணினி

இரவுப்பணி முடிந்து, பொழுதே விடிந்துவிட்டது. திருப்பூரில் ஓர் ஆயத்த ஆடைத் தொழிற்சாலையில் இயந்திரப் பணியாளராக வேலை பார்த்துவந்தார் பிரிட்டோ. பெரும்பாலும் அவருடைய வேலையே இரவு நேரங்களில்தான். அன்றைய பணி முடிந்தது. சைக்கிளில் ஏறி மிதித்து வீட்டை அடைந்தார்.

வீட்டுக்குள் நுழைந்தபோது மனைவி லிண்டா, மகன் ஜெபினைத் திட்டிக்கொண்டு இருந்ததைப் பார்த்தார். "என்ன பிரச்சினை?" என்று விசாரித்தார்.

"வீட்டுச்செலவு கூடிக்கிட்டே போகுது. உங்க சம்பளமே கைக்கும் வாய்க்கும் சரியா இருக்குது. இந்த நிலைமையில புது லேப்டாப் வேணுமாம். அதான் தேவையில்லைன்னு சொல்லிக்கிட்டு இருந்தேன்" என்றார் கவலையான குரலில்.

"என்ன தம்பி? கட்டாயம் வேணுமா என்ன?" என்று விசாரித்தார்.

"ஆமாப்பா! ஸ்கூல் படிப்பு முடியப்போகுது. அதுக்கு அப்புறம் கல்லூரியில சேரணும். பல போட்டித் தேர்வுகளுக்கு இணையம் மூலமா, செலவில்லாம தயார் செய்யப் போறேன். ஸ்காலர்ஷிப்புகளுக்கு விண்ணப்பிக்கப் போறேன். எல்லாத்துக்கும் ஒரு லேப்டாப் வேணுமில்ல?" என்று பதில் சொன்னான்.

உண்மைதான். மிக அவசியம் என்றால் தவிர, எது ஒன்றும் வேண்டும் என்று அவனும் சரி, அவனது தங்கை சாஷாவும் சரி, கேட்டதே இல்லை. 'என்ன சமாதானம் சொல்வது?' என்று யோசித்தவர், "என் மொபைலை வெச்சி சமாளிக்க முடியாதா?" என்று விசாரித்தார்.

"அ... அது சரியா வராதுப்பா!" என்று அண்ணனுக்குப் பரிந்துகொண்டு வந்தாள் தங்கை. "நீங்க வீட்டுல இருக்கிற பகல் நேரத்துல அண்ணன் ஸ்கூலுக்குப் போயிடுது. அண்ணன் வீட்டுல இருக்க இரவு நேரத்துல நீங்க தொழிற்சாலைக்கு உங்க

மொபைலை எடுத்துட்டுப் போயிடுவீங்க. அப்புறம் எப்படிப்பா?" என்றாள்.

என்ன செய்வதென்று யோசித்தார் பிரிட்டோ. 'வீட்டுக்கு ஒரு கணினி அவசியம்தான். ஆனால் அதைக்கூட வாங்கித்தர முடியாத நிலையில் இருக்கிறோமே?' என்று அவருக்கு வருத்தமாக இருந்தது.

"உங்க நிறுவனத்துல கேட்டா பழைய லேப்டாப் எதையும் குடுக்க மாட்டாங்களா?" என்று மனைவி விசாரித்தார். பிள்ளைகளும் அது நல்ல யோசனைதான் என்பதுபோல் அவரைப் பார்த்தார்கள். "எனக்கு ஓசியில குடுத்தா மத்தவங்க கேக்க மாட்டாங்களா? அதெல்லாம் ஒண்ணும் வேணாம்!" என்று மறுத்து, அத்துடன் அந்தப் பேச்சுக்கு முற்றுப்புள்ளி வைத்துவிட்டார்.

சில நாட்கள் சென்றன. பிரிட்டோ பணிபுரிந்த தொழிற்சாலையைத் துவங்கி இருபத்தைந்து ஆண்டுகள் நிறைவடைந்து இருந்தன. அதை ஒரு விழாபோலக் கொண்டாட நிர்வாகம் முடிவு செய்தது. தொழிற்சாலை ஊழியர்களை அவரவர் குடும்பத்துடன் அழைத்து மதிய விருந்து கொடுக்கலாம் என்று ஏற்பாடுகளைச் செய்தார்கள். பிரிட்டோவும் குடும்பத்துடன் சென்றிருந்தார்.

விழா துவங்கியது. நிர்வாக இயக்குனர் கருணாகரனும் மேடையேறிப் பேசிவிட்டு இறங்கினார். சற்று நேரத்தில், கருணாகரன் அழைப்பதாகத் தகவல் வரவும், பதைபதைத்த நெஞ்சுடன் பிரிட்டோ அவரிடம் சென்று நின்றார்.

"மேடையிலிருந்து நான் கீழே வந்தப்ப உங்க மக எங்கிட்ட ஒரு உதவி கேட்டா. என்ன தெரியுமா?"

"ஐயா! என் நிலைமை அப்படி! அவளோட அண்ணனுக்காக லேப்டாப் கேட்டிருப்பா. அதெல்லாம் ஒண்ணும் வேணாங்க. மன்னிச்சிடுங்க" என்றார் சங்கடத்துடன்.

கருணாகரனோ, "அதில்ல பிரிட்டோ! நாலஞ்சு நாய்க்குட்டிங்க உங்க கார் டயர் பின்னாடி தூங்கிட்டு இருக்கு. அதனால, நீங்க எப்பல்லாம் காரை எடுக்கறீங்களோ, அப்பல்லாம் டயர் பின்னால நாய்க்குட்டி எதுவுமில்லேன்னு உறுதிப்படுத்திக்கிட்டு அப்புறம் வண்டியை நகர்த்தமுடியுமான்னு உதவி கேட்டா".

"........."

"எவ்ளோ உயர்ந்த மனசு உங்க பிள்ளைங்களுக்கு! அதுக்காகப் பாராட்டலாம்னுதான் கூப்பிட்டேன். அதுவும் நல்லதாப் போனது. லேப்டாப்தான வேணும்? புதுசு ஒண்ணைத் தரச் சொல்றேன். என்னுடைய பரிசா இருக்கட்டும்" என்றார்.

"ரொம்ப நன்றிங்க ஐயா. ஆனா இலவசமா வேணாம்" என்றார் பிரிட்டோ.

கருணாகரன் முகத்தில் வியப்பு பரவியது. "சரி, மாசா மாசம் உங்களால எவ்ளோ முடியுமோ சம்பளத்திலிருந்து கட்டிடுங்க. உங்க குடும்பமே வேற லெவல்" என்று பாராட்டி அனுப்பினார்.

பிரிட்டோ மகிழ்ச்சியுடன் சென்று புது மடிக்கணினியை அலுவலகத்தில் வாங்கிக்கொண்டார். விழா முடிந்து கிளம்பினார்கள். என்னவோ சத்தம் கேட்கிறதே என்று திரும்பிப் பார்த்தார்கள். கார் சக்கரத்தின் பின்னால் படுத்திருந்த நாய்க்குட்டிகளை கருணாகரன் சத்தம் போட்டு வெளியேற்றிவிட்டுக் காரினுள் சென்று அமர்ந்துகொண்டு இருந்தார்.

சாஷா, நிம்மதியுடன் புன்னகைத்தாள்.

4

ஆளில்லா மைதானம்

ஊரின் எல்லையில் இருந்த புறவழிச்சாலையை அந்தக் கார் நெருங்கியது. அங்கு எழும்பிக்கொண்டிருந்த தொழில் நகரின் உள்ளே சென்று நின்றது. ஆனந்த்குமார், தலைமைப் பொறியாளர் என்ற பெயர் வாயிலில் கம்பீரமாகப் பொறிக்கப்பட்டிருந்தது. காரிலிருந்து இறங்கிய பதினான்கு வயதான ஆர்யா, உற்சாகமாக உள்ளே நுழைந்தான். ஆனந்த் குமார், புன்னகையுடன் எழுந்துவந்து மகனை அணைத்து வரவேற்றார். "பயணம் எப்படி இருந்துச்சு?" என அன்புடன் விசாரித்தார். "நல்லா இருந்துச்சுப்பா!" என்று புன்னகைத்தான் மகன்.

பிரமாண்டமான தொழில் நகரம் ஒன்று அரசாங்கத்தால் கட்டப்பட்டுக்கொண்டிருந்தது. தலைமைப் பொறியாளர் என்ற முறையில் ஆனந்த்குமார்தான் அங்கு முதல் அதிகாரி. அங்கேயே தங்கியிருந்து பணி செய்துகொண்டு இருந்தார். மனைவி ப்ரியா, மகன் ஆர்யா, மகள் தீட்சண்யா மூவரும் சென்னையில் வசித்தார்கள். சென்னைக்கு சென்று குடும்பத்தைப் பார்த்துவர முடியாத அளவு பணிச்சுமையுடன் ஆனந்த்குமார் இருந்தார்; தீட்சண்யாவுக்கு இன்னமும் தேர்வுகள் நடைபெற்றதால், அப்பாவைப் பார்த்துச் செல்வதற்காக அவன் மட்டுமே வந்திருந்தான்.

ஆனந்த்குமார் கண் சாடை காட்டினால் உடனே எதையும் செய்துதர, உதவிப்பொறியாளர்களும் கண்காணிப்பாளர்களும் தயாராக இருந்தார்கள். தன் அப்பாவின் அதிகாரம் எவ்வளவு பெரிதென்று ஆர்யாவுக்குப் புரிந்தது. "தம்பி! உங்களுக்கு, குளிக்க, சாப்பிட, படுக்கையறை வசதிகள் எல்லாமே ஏற்பாடு செஞ்சிட்டோம். எது வேணும்னாலும் கேளுங்க. சொடுக்குப் போடுற நேரத்துல தயார் ஆயிரும்" என்று குழைந்தார் சுரேஷ். அவர்தான் தலைமை சைட் சூப்பர்வைசராம்.

"நன்றி அங்கிள்! முடிஞ்சா தினமும் காலைல... " என்று அவன் பேசி முடிக்குமுன்னரே சுரேஷ் குறுக்கிட்டார், "அப்பா ஏற்கெனவே சொல்லிட்டாங்க தம்பி! நடைப்பயிற்சி செய்வீங்கன்னு. அதுக்கும் அருமையான மைதானம் இருக்கு.

ஒரு வாரத்துக்கு முன்னாலேயே தயார் செஞ்சிட்டம்ல" என்று அகலமாகச் சிரித்தார்.

மறுநாள் காலையில் நடைப்பயிற்சி செய்தான் ஆர்யா. அவ்வளவு பெரிய மைதானத்தில் யாருமே இல்லை. நடந்துகொண்டே இருந்தபோது எங்கிருந்தோ வந்த கல் ஒன்று அவனது நெற்றியைத் தாக்கியது. மரத்தின் பின்னால் சில சிறுவர், சிறுமிகள் நின்றிருந்ததைக் கவனித்தான். எல்லோர் கண்களிலும் கோபமும் வெறுப்பும் தெரிந்தது. "அம்மா!" என்று ஆர்யா அலறியதை, பாதுகாப்பு அதிகாரி கவனித்துவிட்டார்.

சற்று நேரத்தில், அந்த இடமே பரபரப்பானது. ஆர்யாவின் வயதில் இருந்த முப்பதுக்கும் மேற்பட்ட சிறுவர்களும், சிறுமிகளும் அந்த இடத்தின் பாதுகாப்பு அதிகாரிகளால் அங்கே கட்டாயமாக வரவழைக்கப்பட்டு அமர வைக்கப்பட்டிருந்தார்கள்.

"இவங்கள்லாம் கட்டிடம் கட்டும் தொழிலாளர்களோட பசங்க; அந்த மைதானத்துலதான் தினமும் விளையாடிக்கிட்டு இருப்பாங்க. நீங்க தொல்லை இல்லாம வாக்கிங் போகுறதுக்காக அவங்களை அங்க வரக்கூடாதுன்னு சொல்லித் துரத்தி விட்டுட்டோம். அந்தக் கோபத்துலதான் கல்லால அடிச்சிருப்பாங்க. அது இவங்கள்ல யார்னு சொல்லுங்க தம்பி! ஒரு வழி செஞ்சிர்றேன்" என்று சுரேஷ் உறுமினார்.

நெற்றியில் கட்டுப்போட்டிருந்த ஆர்யா, அங்கிருந்த சிறுவர் சிறுமிகளை ஒருமுறை உற்றுப் பார்த்தான். "தப்பாப் புரிஞ்சிக்கிட்டீங்க அங்கிள்! என்னை யாரும் கல்லால அடிக்கல. நானேதான் கால் தடுக்கிக் கீழே விழுந்திட்டேன். அதனால காயமாயிருச்சு. அவ்ளோதான்" என்று சொல்லிவிட்டுத் தொடர்ந்து பேசினான்:

"இவங்களையெல்லாம் விட்டிடுங்க. மைதானம் எல்லோருக்குமானது. அங்க அவங்களை வரக்கூடாதுன்னு சொல்ல நமக்கு என்ன உரிமை இருக்குது? அவங்களும் வழக்கம்போல மைதானத்தைப் பயன்படுத்தட்டும். நானும் பயன்படுத்துறேன். இதையெல்லாம் நீங்க செய்யப்போறீங்களா இல்ல, நான் இப்பவே சென்னைக்குக் கிளம்பிடவா?" என்று குரலை உயர்த்தினான். அந்த சிறுவர், சிறுமிகள் இதை எதிர்பார்க்கவில்லை. அவர்கள் முகத்தில் வியப்பு தெரிந்தது.

அவனது கோபத்தைப் பார்த்த சுரேஷ் பணிந்துவிட்டார். சிறுவர், சிறுமிகள் விடுவிக்கப்பட்டார்கள். அன்று மாலை

மீண்டும் நடைப்பயிற்சிக்கு சென்ற ஆர்யா, எல்லா சிறுவர், சிறுமிகளும் மைதானத்தில் விளையாடிக்கொண்டு இருந்ததைப் பார்த்து மகிழ்ச்சியுடன் தொடர்ந்து நடந்தான்.

மீண்டும் அவனது முதுகின்மீது ஏதோ ஒன்று பட்டது. இம்முறை அது கல் அல்ல. பந்துபோல சுருட்டப்பட்டிருந்த சிறு காகித உருண்டை. அதை எடுத்துப் பிரித்துப் பார்த்தான். 'சாரி!' என்று எழுதப்பட்டு ஓர் இதயம் வரையப்பட்டு இருந்தது.

ஆர்யா புன்னகைத்தான்.

5
நிலாச்சோறு

"**எ**ன்ன இந்த அப்பா, அம்மா இப்படிப் பண்ணிட்டாங்களே!" என்று நிலா சலித்துக்கொண்டாள். என்ன செய்வது, நேரத்தை எப்படிக் கழிப்பது என்றே தெரியவில்லை.

நிலாவுக்குப் பன்னிரண்டு வயது ஆகிறது. சென்னையில் தன் பெற்றோருடன் வசித்து வந்தாள். அப்பா, அம்மா இருவருமே வேலை செய்து வந்தார்கள். தற்போது கோடை விடுமுறைக்காக தாத்தா, பாட்டியின் கிராமத்திற்கு அவளை அனுப்பி வைத்திருந்தார்கள். விவரம் தெரிந்த பிறகு, இப்போதுதான் முதல் முறையாக, அப்பா, அம்மா இல்லாமல் தனியாக வந்திருக்கிறாள்.

தாத்தா, பாட்டி வீடு, ஒரு பெரிய கூட்டுக் குடும்பமாக இருந்தது. நிலாவின் சித்தப்பா-சித்தி, மாமா-அத்தை, பெரியப்பா-பெரியம்மா அவர்களுடைய பிள்ளைகள் என திரும்பிய இடமெல்லாம் உறவினர்கள்தான். பெரியவர்களிடம் பாசமாகவும் மரியாதையுடனும்தான் நிலா பழகினாள். இருந்தாலும் சக பிள்ளைகளுடன் அவளால் இயல்பாகப் பழக முடியவில்லை. "புள்ள இப்பதானே முத முறைய இங்க வந்திருக்கு! போகப் போக நல்லா பழகிரும்" என வீட்டுப் பெரியவர்கள் இயல்பாக எடுத்துக்கொண்டார்கள்.

விடுமுறையில் ஒருவாரம் தாத்தா, பாட்டி வீட்டில் கழிப்பது என்று அப்பா, அம்மாவுடன் பேசி முடிவு செய்து வைத்திருந்தார்கள். தாத்தா, பாட்டி, மற்ற உறவினர்களிடம் என்ன பேசுவது என்றே தெரியவில்லை. சென்னையில் முயல் போல மும்முரமாகச் செல்லும் நேரம், இங்கு கிராமத்தில் நத்தைபோல அல்லவா நகர்கிறது!

அவளுடைய பையை வைத்திருந்த அறையில் நல்லவேளையாக ஒரு தொலைக்காட்சி இருந்தது. அதனால் அவள் பிழைத்தாள்.

கார்ட்டூன்களாகப் பார்த்துத் தள்ளினாள். ஐந்து நாட்கள் முடிந்து விட்டிருந்தன. 'இன்னும் இரண்டே இரண்டு நாட்களைத் தள்ளிவிட்டால் போதும்; அப்பா, அம்மா இருவரும் வார இறுதியில் வந்து சென்னைக்குக் கூட்டிச் சென்றுவிடுவார்கள்' இப்படியெல்லாம் யோசித்தபடியே அந்த இரவு நேரத்தில், அறையில் அமர்ந்திருந்தாள்.

திடீரென மின்வெட்டு ஏற்பட்டது. எங்கும் ஒரே இருள் சூழ்ந்தது. தொலைக்காட்சி பார்க்க முடியவில்லை. புழுக்கமாகவும் இருந்தது. இப்போது என்ன செய்வது?

"நிலாக்குட்டி, மாடிக்கு வா கண்ணு, நிலாச்சோறு சாப்பிடலாம்" என்ற தாத்தாவின் குரல் கேட்டது. சளசளவென்று பல பேச்சுக்குரல்கள் மாடியிலிருந்து கேட்டன. வேறு வழியின்றி அவளும் அங்கு சென்றாள்.

பெரியவர்கள் முதல் சிறியவர்கள் வரை வீட்டினர் எல்லோரும் மாடியில் கூடியிருந்தார்கள். ஒரு பெரிய வட்ட வடிவில் பிள்ளைகள் எல்லோரும் அமர்ந்திருந்தார்கள். நடுநாயகமாகப் பாட்டி புன்னகையுடன் அமர்ந்திருந்தார். அவருக்கு முன்பாகப் பெரிய பாத்திரத்தில் சோறு போட்டு, புளிக்குழம்பை விட்டு நன்கு பிசைந்துகொண்டிருந்தார். நிலவொளி மிதமாகப் பிரகாசித்துக்கொண்டு இருந்தது.

பாட்டி கதை சொல்ல ஆரம்பித்தார். அவர்களது குடும்பத்தில் அவருடைய தாத்தாவுக்குத் தாத்தா இந்த இடத்தில் வீடு கட்டிய காலத்தில் அந்த இடம் மொத்தமும் காடாக இருந்ததாம். மனித நடமாட்டமே மிகக் குறைவாம். ஒருநாள் வீட்டுக்குள் முயல் ஒன்று ஓடிவந்து விட்டதாம். அதைப் பார்த்து, அப்போது குழந்தையாக இருந்த தாத்தா, அதைப் பிடிக்க ஓடினாராம். ஒரு சிறுத்தைப் புலி அந்தப் பகுதியில் சுற்றியதாம். சாகசங்கள் பல செய்து, அதைப் பிடித்து, காட்டுக்குள் விட்டுவிட்டார்களாம்.

இப்படி ஒன்று மாற்றி ஒன்று என விறுவிறுப்பான பூர்வீகக் கதைகளைக் கேட்கக் கேட்க நிலாவுக்கு சுவாரஸ்யமாகிவிட்டது. பாட்டி கதை சொல்லிக்கொண்டே சாப்பாட்டைக் கவளம் கவளமாக உருட்டி, பிள்ளைகள் எல்லோர் கையிலும் கொடுத்தார். அதன் மீது, பொரியல், வறுவல் போன்ற

வியஞ்சனங்களும் இடம் பிடித்தன. தொலைவில் அமர்ந்திருந்தவள், கதை கேட்கும் ஆவலில் கொஞ்சம் கொஞ்சமாக முன்னேறி, பாட்டியின்மேல் இடித்துக்கொண்டு அமர்ந்து, அவளும் கையை நீட்டி வாங்கிச் சாப்பிட ஆரம்பித்தாள்.

நிலவொளி, கதை, உறவினர்கள், உணவு, அரட்டை என எல்லாமுமாகச் சேர்ந்து, நிலாவுக்கு நிலாச்சோறு அனுபவம் மிகவும் பிடித்துப்போனது. அது மட்டுமா? செந்தில் அண்ணன், செல்வி அக்கா உள்ளிட்ட இளைய தலைமுறையிடம் பாசமும் இணக்கமும் தோன்றிவிட்டது.

"நாளைக்குக் காலையில எங்க கூட வா! நிறைய விளையாட்டு இருக்கு. ஒவ்வொண்ணா விளையாடலாம்!" என்று நர்மதா அக்கா அழைத்தாள். "சரிக்கா! ராத்திரி உங்க எல்லார் கூடவும் சேந்து தூங்கட்டுமா?" என்று கேட்டபோது அத்தை அவளை அன்புடன் அணைத்துக்கொண்டார்.

எல்லோருடனும் ஒன்றாகச் சாப்பிட்டு, தூங்கி, அரட்டை அடித்து, விளையாட ஆரம்பித்தாள். சென்னையைவிடவும் நேரம் ரெக்கை கட்டிப் பறந்தது. அடுத்த இரண்டு நாட்கள் சென்றதே தெரியவில்லை. நிலாவின் பெற்றோர் வந்துவிட்டார்கள். நிலாவிடம் சற்று தனிமையில், "பரவாயில்ல செல்லம்! ஒரு வாரம் இங்க இருந்திட்ட. நாம நாளை சென்னைக்குக் கிளம்பலாம்!" என்றார் அம்மா.

"அதான் இன்னும் மூணு வாரம் லீவு இருக்கில்ல? இங்கயே இருக்கலாம்ம்மா!" என்ற நிலா, "பகல்ல விளையாடலாம்; ராத்திரியில நிலாச்சோறு சாப்பிடலாம்; சூப்பரா இருக்கும். நீங்க வேணா பாருங்களேன்!" என்று புன்னகைத்தாள்.

❑

6
தொப்புக்கட்டர்

சிந்துவிற்கு அன்று பிறந்தநாள். வீட்டுப் பெரியவர்கள் எல்லோரும் அவளை அன்புடன் வாழ்த்தினார்கள். விடுமுறையைக் கொண்டாடுவதற்காக அத்தையும் மாமாவும் வீட்டுக்கு வந்திருந்தார்கள். மாமா, "சின்னக்குட்டி, உனக்கு ஒரு பரிசு வாங்கிட்டு வந்திருக்கேன். என்னான்னு சொல்லு பாக்கலாம்?" என்றார்.

"மொபைலா மாமா?" என்றாள் பளிச்சிட்ட கண்களுடன்.

"ஆசையப் பாரு!" என்றவர் வீட்டு வாசலைச் சுட்டிக்காட்டினார். பெண்குழந்தைகளுக்கான புதிய குட்டி சைக்கிள் ஒன்று பிங்க் நிறத்தில் நின்றிருந்தது.

சிந்துவின் முகம் பூவாய் மலர்ந்தது. கூடவே ஒரு தயக்கமும் தெரிந்தது. சுற்றிச் சுற்றி வந்தாளே தவிர, மிதிவண்டியின் மீது அவள் ஏறுவதாக இல்லை.

"ம்ம், ஓட்டிப்பாரு தங்கம்!" என அத்தை உற்சாகப்படுத்தினார். "அ... அது வந்து, அவளுக்கு இன்னும் சைக்கிள் ஓட்டத் தெரியாது" என்று அம்மா பதில் சொன்னார்.

"வா குட்டிமா! நான் கத்துத்தர்றேன்! இந்தத் தெருவையே ஒரு கலக்கு கலக்குவோம்" என மாமா முன்வந்தார். அவர் உற்சாகமே உருவானவர். குறும்புக்காரர் என்று பெயர் வாங்கியவர். குட்டிசைக்கிளில் அவளை அமரவைத்து, சைக்கிளை ஒரு கையால் பிடித்துக்கொண்டு, தொப்பை குலுங்கக் குலுங்க, பின்னால் ஓடி வந்தார்.

ஒரு மணிநேரம் சுற்றிவிட்டார்கள். அடுத்து வந்த நான்கைந்து நாட்களும் சைக்கிள் சொல்லித் தருவதில் கழிந்தது. சிந்துவுக்கு சைக்கிள் ஓட்டுவது மட்டும் கைவரவே இல்லை.

"நானு எவ்வளவோ சொல்லித்தர்றேன்; நாலு நாளா பின்னாலேயே ஓடுறேன்; என் எடைகூட ஒரு கிலோ குறைஞ்சிடுச்சு. ஆனாலும் சிந்து சைக்கிள் கத்துக்க மாட்றா!" என்று மாமா புலம்பினார்.

"அவளுக்கு இன்னும் சைக்கிள் ஓட்ட முடியும்னு நம்பிக்கை வரல" என்றார் அத்தை.

"நான் ஊருக்குப் போறதுக்குள்ள உன்னை சைக்கிள் ஓட்ட வைக்கல, என் பேரை மாத்திக்கிறேன்" என்று மாமா சபதம் செய்துவிட்டார். அவளுக்குத் தன்னம்பிக்கை வரும்படி ஏதேதோ பேசிப் பார்த்தார். சிந்து எல்லாவற்றையும் கேட்டுக்கொள்வாள்; ஆனால், மாமா பிடித்துக்கொள்ளவில்லை என்றால், மிதிவண்டியை ஓட்ட மறுப்பாள் அல்லது இரண்டடி தூரம் செல்வதற்குள் பேலன்ஸ் தவறிக் கீழே விழுவாள்.

திரும்பத் திரும்ப இதேதான் நடந்தது. ஒரு வாரம் கழிந்தது. மாமா, அத்தை இருவரும் ஊருக்குக் கிளம்பவேண்டிய நாளும்

வந்துவிட்டது. அவரும் மும்முரமாக எவ்வளவோ முயற்சி செய்தார்தான். பலன் எதுவும் கிடைக்கவில்லை.

மாமா ஏறிச் செல்லவேண்டிய ஆட்டோ வந்துவிட்டது. பைகளை எடுத்து வருவதற்காக, ஆட்டோ ஓட்டுநர் வீட்டினுள் சென்றார். புறப்படவேண்டியதுதான். டாட்டா காட்டிக்கொண்டே வெளியே வந்த மாமா, வீட்டு வாசலில் தொபுக்கட்டீர் என்று விழுந்து, காலைப் பிடித்துக்கொண்டு ஆவென்று அலறினார். "எலும்பு முறிஞ்சிடுச்சான்னு தெரில. நம்ம தெரு மூலை டாக்டரைக் கூப்பிடுங்க" என்று துடித்தார். அவரது கண்களிலிருந்து அருவிபோலக் கண்ணீர் வழிந்தது.

சிந்து பதறிவிட்டாள். "யார்னா வாங்க, மாமாவைக் கவனிங்க" என்று கூச்சலிட்டாள். ஆட்டோக்காரர் முதல், வீட்டினர் வரை, யாருமே அந்த நேரத்தில் அருகில் இல்லை.

மாமாவைக் காப்பாற்ற வேண்டுமே! என்ன செய்வதென்று புரியாமல் சிந்து திகைத்தாள். வேறு வழியில்லை! அவளேதான் களத்தில் இறங்க வேண்டும். எப்படியாவது சீக்கிரம் மருத்துவரை அழைத்து வந்துவிடவேண்டும் என்ற முனைப்பில் வேகமாக மிதிவண்டியை ஓட்டினாள்.

தெருமூலைக்குச் சென்று திரும்பிப் பார்த்தால், வீட்டு வாசலில் மாமா நன்றாக நின்றபடி, உற்சாகத்தில் துள்ளிக் குதித்துக்கொண்டு இருந்தார். தன்னை சைக்கிள் ஓட்டவைக்க மாமா போட்டிருந்த நாடகம்தான் அது என்று புரிந்துகொண்டவள், சைக்கிளை மிதித்தபடி வீட்டை அடைந்தாள்.

"நான் நாடகத்துல நடிச்சிருக்கேன். அதேபோல இன்னிக்கு எப்படி அச்சு அசலா கண்ணீர்விட்டு நடிச்சேன் பாத்தியா? சபதம் செஞ்சதுபோலவே, ஊருக்குக் கிளம்புறதுக்கு முன்னால உன்னை சைக்கிள் ஓட்ட வெச்சிட்டேன்" என அவரும் பெருமை பேசினார்.

"ஒரு தேவைன்னு வந்ததும், உம்மேல உனக்கு நம்பிக்கையும் தைரியமும் வந்திருச்சுல்ல?" என அம்மா மகிழ்ந்துபோனார்.

சபதத்தை நிறைவேற்றிய பெருமிதத்துடன் மாமா ஊருக்குக் கிளம்பினார். "குட்டிமா, பை" என்று கையசைத்தார். பதிலுக்கு டாட்டா காட்டிய சிந்து, "தேங்க்ஸ் மாமா!" என்று புன்னகைத்தாள்.

7

ரோஜா மைனா

"இனிய பிறந்தநாள் வாழ்த்துகள் வினி குட்டி!" என்று அப்பாவும் அம்மாவும் வாழ்த்தினார்கள். நன்றி சொல்லிப் புன்னகைத்தாள் மகள்.

அப்பா ஒரு மளிகைக்கடையில் வேலை பார்த்துவந்தார். அம்மா ஓர் இல்லத்தரசி. பொருளாதாரச் சவால்களைத் தாண்டி, மிகவும் அன்பான குடும்பம் அவர்களுடையது. அக்கா சௌமியா ஒரு பறவை ஆர்வலர். வினிதாவுக்கும் விலங்குகள் மீதும் பறவைகள் மீதும் ஆர்வம் அதிகம்.

"பிறந்தநாளுக்கு ஏதாவது வேணுமா வினிக்குட்டி?", அப்பா தன் சேமிப்பாகக் கையில் வைத்திருந்த இருநூறு ரூபாய் தந்த தைரியத்தில் கேட்டார்.

"பொருள் எதுவும் வேணாம்ப்பா! ஆனா...அக்கா காட்டின புகைப்பட ஆல்பத்தில பாத்ததுபோல ஒரு ரோஜா மைனா கிடைச்சா வாங்கிக் குடுங்கப்பா. வளக்கலாம்" என்றாள் ஆசை பளிச்சிட்ட கண்களுடன்.

அதுவரை எதையுமே வேண்டுமென்று அவள் கேட்டதில்லை. "மைனாவா பாப்பா?" என்று விசாரித்தார்.

"இல்லப்பா! வினி கேக்குறது சூறைக்குருவின்னு சொல்வாங்களே ரோஜா மைனா... அதைத்தான். அதைப் பாக்குறதே அபூர்வம். இதுல எப்படி வளக்குறது?" என்று தயங்கினாள் சௌமியா. வினிதாவின் முகத்தில் ஏமாற்றம் தெரிந்தது.

"பறவை, பூனை, நாய்க்குட்டியெல்லாம் விக்கிற கடை ஒண்ணை நம்ம கதிர்வேலு மகன் வெச்சிருக்கான்ல? அவன்கிட்ட சொல்லி வைக்கிறேன், கிடைச்சா நிச்சயம் வாங்கித்தர்றேன்" என்று சொன்னார். அவளும் சரியென்று தலையாட்டினாள்.

ஒரிரு மாதங்கள் சென்றுவிட்டன. ஒருநாள் பள்ளி முடிந்து வினிதா வீட்டிற்கு வந்தபோது, ஒரு சிறு கூண்டு அவளுக்காகக் காத்திருந்தது.

"கதிர்வேலு மகன் போன் அடிச்சான், எப்பவுமே சிக்காத ரோஜா மைனா இப்ப ஒண்ணுக்கு ரெண்டா கிடைச்சிருக்குன்னு. அதான் ஓடிப்போய் வாங்கிட்டு வந்தேன்" என்று அப்பா புன்னகைத்தார்.

வினிதா கூண்டுக்குள் எட்டிப் பார்த்தாள். அவளது கண்கள் வியப்பால் விரிந்தன. ரோஜா மைனா, பெயருக்குத் தகுந்தது போலவே, மைனாவின் அளவில் இருந்தது. கருப்பு மை போன்ற நிறத்தில் தலையும் கொண்டையும் இருந்தன. இளஞ்சிவப்பு கலந்த வெண்ணிற உடலும், செம்மஞ்சள் நிறத்தில் அலகும் கால்களும் இருந்தன.

"கொண்டையில சிறகு நல்லா வளந்திருக்கு பாரு, அதுதான் ஆண் ரோஜா மைனா! சிறகு இல்லாத கொண்டையோட இருக்கிறது பெண் மைனா!" என செளமியா தங்கைக்கு விளக்கினாள். கொண்டையை ஆட்டிக்கொண்டு இரண்டு மைனாக்களும் தலையை மின்னல் வேகத்தில் திருப்பி வினிதாவையே வளைத்து வளைத்துப் பார்த்தன. சிவுக் சிவுக்கென்ற கீச்சொலி விடாமல் கேட்டுக்கொண்டே இருந்தது.

வினிதாவிற்கு ஒரே மகிழ்ச்சி. சிறு சிறு பழத்துண்டுகள், கிண்ணத்தில் நல்ல குடிநீர் எனப் பார்த்துப் பார்த்து ஏற்பாடு செய்து வைத்தாள். கூண்டை வீட்டினுள் எடுத்துச்சென்று வைத்தாள்.

ஒரு வாரம் கழிந்தது. வினிதா சௌமியாவிடம் வந்து நின்றாள். "என்னான்னே தெரியலக்கா மூணு நாளா ரெண்டு ரோஜா மைனாவும் கத்தவே மாட்டேங்குதுங்க" என்று புலம்பினாள். உண்மைதான்! ஏதோ வேலை நிறுத்தம் செய்வது போல இரு மைனாக்களும் மௌனம் சாதித்தன. எப்போதாவது ஒரு சிறு கீச்சொலி, எப்போதாவது ஒரு சிறு துண்டு பழம், அவ்வளவுதான், அதற்குப் பிறகு மௌனம் மட்டுமே!

"இந்த வகை ரோஜா மைனாவை விவசாயிகளின் நண்பன்னு சொல்லுவாங்க, ஏன்னா இதுங்களோட முக்கிய உணவே, பயிரை மேயும் வெட்டுக்கிளிகள்தான். உயிரியல் சமநிலைக்காக இயற்கை செஞ்ச அமைப்பு இது. ஆனா, இதுங்களை பழம் மட்டும் சாப்பிட வெச்சி, கூண்டுக்குள்ள போட்டிருக்கோம்" என்றாள் சௌமியா.

வினிதாவின் முகம் மாறிவிட்டது. சற்று யோசித்துவிட்டு, கூண்டைத்திறந்து ரோஜா மைனாக்களை வெளியே எடுத்தாள். ஒரே ஒருமுறை ஆசைதீரக் கொஞ்சினாள். அப்புறம் அவற்றைப் பறக்க விட்டுவிட்டாள். அவளுடைய முகத்தில் நிம்மதியும் ஏமாற்றமும் சம அளவில் பிரதிபலித்தன. தான் செய்தது சரிதான் என்று தோன்றியது. இருந்தாலும் அந்த ரோஜா மைனாக்களை விட்டுவிட்டோமே என உம்மென்று இருந்தாள். ஒருவிதத்தில் பார்த்தால், அந்தப் பறவைகளின் மௌனம் இப்போது அவளுக்குத் தொற்றிவிட்டதுபோலத் தோன்றினாள்.

ஓரிரு நாட்கள் சென்றன. "ஏ, வினி! இங்க வந்து பாரேன்!" என அம்மா அவசரமாக அழைத்ததைக் கேட்டு ஓடிச்சென்று பார்த்தாள். தோட்டத்தில் இருந்த அரச மரத்தில் அதே இரு ரோஜா மைனாக்களும் சத்தமாகவும் மிக உற்சாகமாகவும் கீச்சொலி எழுப்பிக்கொண்டு அங்குமிங்கும் பறந்து திரிந்தன.

"அதுங்க நம்மளைவிட்டுப் போகல" என்றாள் வினிதா. கடந்த இரண்டு நாட்களாக உம்மென்று இருந்ததற்கும் சேர்த்து வைத்து இப்போது புன்னகைத்தாள்.

8

நில்! கவனி!! செல்லாதே!!!

புறநகர்ப் பகுதியில் அந்த அடுக்குமனைக் குடியிருப்பில் நூறுக்கும் மேற்பட்ட வீடுகள் இருந்தன. ஊரின் எல்லையில் இருந்த அந்த வளாகத்தையடுத்து சில கிலோமீட்டர் தொலைவில் இருபுறங்களிலும் காட்டு எல்லை இருந்தது. குடியிருப்பில் வசித்த சிறுவர், சிறுமிகள் ஒன்றாகச் சேர்ந்து கண்ணாமூச்சி விளையாடிக்கொண்டு இருந்தார்கள்.

மதன் கண்களை மூடிக்கொண்டு ஐம்பது வரை எண்ணிவிட்டு, கண்ணைத் திறந்து பார்த்தான். நண்பர்களைத் தேட ஆரம்பித்தபோது, ஜன்னலுக்கு வெளியே ஏதோ அசைவு தெரிந்தது. நண்பர்களுள் யாரோ இருப்பதாக நினைத்து, கதவுக்கு வெளியே பாய்ந்து ஓடியவன், அதிர்ச்சியடைந்தான்.

யானைக்குட்டி ஒன்று, "ஹாய், என் பேர் அப்பு" என்றது. பேசும் யானையை வியப்புடன் பார்த்த மதன், "யானைங்க காட்டுலதானே இருக்கும், எங்க வீட்டுக்கிட்ட வந்திருக்கியே?" என விசாரித்தான்.

அப்பு, "இந்த இடமே ஒரு காலத்துல காடா, எங்க இடமா இருந்துச்சுன்னு எங்க தலைவி சொல்லுவாங்க. அப்புறம்தான் மனுஷங்க இந்த இடத்தையெல்லாம் அழிச்சி வீடாக்கிட்டாங்களாம்" என்று பெருமூச்சுவிட்டபடி, "இங்க நானு ஒரு வேலையாதான் வந்தேன்" என்றது. "என்ன வேலை?" என விசாரித்தான்.

"காட்டுல கிழக்குப் பக்கத்துல தண்ணி ரொம்பக் குறைஞ்சிடுச்சு. அதோ, மேற்குப் பக்கக் காட்டுக்குப் போனா அங்க தண்ணி நிறைய இருக்குதாம். அதனால, நாளைக்கு ராத்திரி எங்க யானைக் கூட்டமே இந்த இடத்தைக் கடந்து மேற்குப் பக்கத்துக்குப் போகப் போறோம். கிழக்குப் பக்கக் காட்டுக்கும், மேற்குப் பக்கக் காட்டுக்கும் நடுவில உங்க வீடுகளும், தார்ச் சாலையும் வருது. அதுக்கு முன்னால இந்த இடத்துல மனித நடமாட்டம் எப்படி இருக்குன்னு பாத்திட்டுப் போக வந்தேன்" என்று சொன்னது. மதனின் முகத்தில் வியப்பு தெரிந்தது.

"நல்லது, தார்ச் சாலையைக் கடக்கும்போது, சிக்னல் விளக்குகளைப் பாத்து, கடந்து போங்க. சிவப்பு விளக்கு எரிஞ்சா நில்லுங்க. அப்ப அந்த வழியா போகக் கூடாது. போனா ஆபத்து! பச்சை விளக்கு வந்தாதான் போகணும்; நில், கவனி, செல்; புரியுதா?" என்று மதன் விளக்கியபோது அப்பு நன்றி சொன்னது.

"நேரமாயிடுச்சு. நாங்க வீட்டுக்குள்ள போறோம்" என்றான் மதன். "நானும் கிளம்புறேன். நான் நினைச்ச அளவுக்கு இங்க மனிதர்கள் இல்ல. அதனால, நாளைக்கு நடுராத்திரியில, நாங்க எல்லாரும் இந்த இடத்தைக் கடந்து போகலாம், ஒண்ணும் பிரச்சினை இல்லேன்னு சொல்லிடப்போறேன். பை பை நண்பர்களே!" என்றது. மனதே வராமல் மதனும் நண்பர்களும் கையசைத்து விடை கொடுத்தார்கள். அப்பு, கிழக்குப் பக்கக் காட்டுக்குள் இருட்டில் சென்று மறைந்தது.

இரவு உணவு சாப்பிட்டபின், அப்பா அலைபேசியில் யாருடனோ சத்தமாகப் பேசிக்கொண்டு இருந்தார். "ஆமா, நாளைக்கு மாலை ஆறு மணிக்கே வந்துருங்க. ராத்திரி பத்து மணியிலிருந்து, காலை ஆறு மணி வரை, விடிய விடிய, எல்லாரும் சேந்து கொண்டாடுவோம். விருந்து, வாண வேடிக்கை, விளையாட்டுகள், இசை எல்லாத்துக்கும் ஏற்பாடு செஞ்சிட்டோம், அட்வான்ஸ் ஹேப்பி நியூ இயர்!" என்று சொல்லிவிட்டு அழைப்பை நிறைவு செய்தார்.

மதனுடைய முகம் வெளுத்துவிட்டது. 'புத்தாண்டு விழாக் கூட்டத்தில் யானைகளைப் பார்த்தால் சும்மா விடுவார்களா? அந்த வாயில்லா உயிர்கள் பாவம்' என்று நினைத்தவனின் கண்கள் வருத்தத்தால் கலங்கின. 'அப்பு எங்கே இருக்கிறதோ? வராதே என்று அதற்கு எப்படித் தகவல் சொல்வது?' புரியாமல் விழித்தான்.

மறுநாள் இரவு நேரம் ஆகிவிட்டிருந்தது. அப்பு உறுதி கூறியதை நம்பி, எல்லா யானைகளும் ஊர்வலமாகப் புறப்பட்டன. குடியிருப்புப் பகுதியை யானைக்கூட்டம் நெருங்கியது.

மதனுடைய வீட்டுப்பக்கம் பார்த்த அப்பு, "எல்லாரும் கொஞ்சம் அமைதியா நில்லுங்க" என்றது. ஒரு நிமிடம் மாடியையே உற்றுப் பார்த்துவிட்டு, "வேணாம், திரும்பப் போயிடலாம்" என்று சொல்லியபடி திரும்பிச் செல்ல ஆரம்பித்தது. எல்லா யானைகளும் பின்தொடர்ந்தன.

திரும்பிப்போகும்போது அப்பு, மீண்டும் ஒருமுறை மதன் வீட்டின் மாடியை கவனித்தது. மதன் கட்டித் தொங்கவிட்டிருந்த பெரிய சிவப்பு நிற விளக்கு ஒன்று, வராதே என்று சொல்வதுபோல், பிரகாசமாக ஒளிர்ந்துகொண்டு இருந்தது.

"நன்றி நண்பா!", என அப்பு புன்னகைத்தது.

9

நண்பர்கள் தேவை

நந்தனின் அம்மாவுக்கு அந்த சிற்றூருக்கு மாற்றலாகிவிட்டது. வாடகை வீடு பார்த்து, குடிவந்துவிட்டார்கள். இரண்டு தெருக்கள் தாண்டி, ஓர் அரசுப்பள்ளி இருந்தது; அதில் நந்தனை சேர்த்துவிட்டார்கள். அந்தப் பள்ளியும் சிறப்பாகவே இருந்தது. எல்லாமே சரி! ஒரே ஒரு குறையைத் தவிர!

"யாருமே நண்பர்கள் கிடைக்கலம்மா!" என்று முகத்தைத் தூக்கி வைத்துக்கொண்டான். "இப்பதான ரெண்டு நாளா புது ஸ்கூல் போக ஆரம்பிச்சிருக்க! இனிதான் கிடைப்பாங்க" என்று அம்மா சமாதானப்படுத்தினார். நாட்கள் செல்ல ஆரம்பித்தன. நண்பர்கள்தான் இன்னும் கிடைக்கவில்லை.

"வானத்திலிருந்து நண்பர்கள் யாரும் குதிக்கமாட்டாங்க! நீதான் வாயைத் திறந்து பேசிப் பழகணும்" என்று அப்பா சொல்லிப்பார்த்தார். "நான் பேசினாலும் மத்தவங்க ஒண்ணு ரெண்டு வார்த்தை மட்டும்தான் பேசுறாங்க; நல்லா பேச மாட்றாங்களே!" என்று புலம்பினான். அதற்குமேல் என்ன சொல்வதென்று அவருக்கும் தெரியவில்லை.

ஒருமாதம் கழிந்தது. ஒரு விடுமுறை நாளன்று, நந்தன் பரபரப்பாக வீட்டினுள் நுழைந்தான். அங்கிருந்த அம்மாவை, "உஷ்!" என்று அடக்கியபடி, கைகளைத் தூக்கிக் காண்பித்தான். சாம்பல் நிறப் புறா ஒன்று அவனது கைகளுக்குள் இருந்தது. "கால்ல லேசா அடிபட்டிருக்குது" என்றபடி தோட்டத்தில் அதற்கென்று வைக்கோல் போட்டு ஓர் இடத்தை அமைத்து அங்கே இருக்க வைத்தான். அதை அவ்வப்போது தடவியும் கொடுத்தான். சிறிது நேரத்தில், அதைக் காணவில்லை. "கால் சரியானதால பறந்து போயிடுச்சுபோல" என்று மகிழ்ச்சியடைந்தான்.

மறுநாள் காலையில் பள்ளிக்குக் கிளம்புவதற்காக, தன்னுடைய சைக்கிளை எடுக்கப் போன நந்தன், "அம்...மா" என்று கிட்டத்தட்ட கூவினான். அவசரமாக வெளியே வந்து பார்த்த அம்மா திகைத்தார்.

அவனுடைய சைக்கிளின் கைப்பிடி மீது அதே புறா ஒய்யாரமாக அமர்ந்தபடி, தலையை வளைத்து வளைத்து நந்தனையே பார்த்துக்கொண்டு இருந்தது. அதை எடுத்துப்போய் தோட்டத்தில் அதன் இடத்தில் வைத்தாலும், அங்கே இருக்காமல் பறந்து வந்து அவனது சைக்கிளின் ஹாண்டில் பார் மீதே பிடிவாதமாக அமர்ந்தது.

"இப்ப என்னம்மா செய்யிறது?" என்று கேட்டான்.

"நீ ஸ்கூலுக்குப் போ! அதுவா பறந்திடும்" என்று அம்மா சொன்னபடி கிளம்பி, பள்ளியை நோக்கி ஓட்டினான். தன் முயற்சியில் சற்றும் மனம் தளராத புறா, இன்னும் சைக்கிளின் கைப்பிடி மீதே அமர்ந்திருந்தது.

வழியில் பல சிறுவர்களும் சிறுமிகளும் அவனையும் புறாவையும் வியப்புடன் பார்த்தார்கள். பள்ளிக்குள் நுழைந்ததும் அது ஓர் அதிசய நிகழ்வாகவே மாறிவிட்டது. மாணவ-மாணவிகள் மட்டுமின்றி, ஆசிரியர்கள்கூட அருகில் வந்து பார்க்க முயற்சித்தார்கள். மற்றவர்கள் நெருங்கினால் பறந்து விலகிவிட்டு, நந்தனுடைய தோள் மீதும் சைக்கிளின் கைப்பிடி மீதும் வந்து வந்து அமர்ந்தது.

அவன் வகுப்புக்குள் நுழைந்துவிட்டான். "நந்தா, உன் புறா இன்னும் உன் சைக்கிள் மேலயே உக்காந்திட்ருக்கு!" என்று யார் யாரோ சொன்னார்கள். அதுவரை பேசாதவர்களும் அவனிடம் ஆர்வத்துடன் பேச ஆரம்பித்தார்கள்.

மதிய இடைவேளையில் வெளியே வந்து பார்த்தபோதும் அந்தப் புறா அங்கேயே அமர்ந்திருந்தது. அன்று வகுப்பு முடிவதற்குள் நந்தா தன்னைத்தானே கிள்ளிப் பார்த்துக்கொண்டான். எத்தனை விசாரிப்புகள்? எத்தனை புன்னகைகள்! ஒரு புறா, ஒரே ஒரு நாளில் அவனது நட்பு உலகத்தையே வியக்கத்தக்க வகையில் மாற்றி அமைத்துவிட்டதே! மொத்தத்தில் எல்லோருக்கும் அவனை இப்போது பிடித்துவிட்டது.

மாலையில் பள்ளி முடிந்து வந்து பார்த்தபோது அதனைக் காணவில்லை. சிறிய ஏமாற்றத்துடன் சைக்கிளில் ஏறிப் புறப்பட்டான். இனி புறா பற்றி அவனிடம் யாராவது கேட்டால் என்ன சொல்வது என்று யோசனையுடன் வீட்டு வாசலில் வந்து இறங்கினான். தோட்டத்தில் ஓடிச்சென்று பார்த்தால் அங்கும் அதனைக் காணவில்லை.

அம்மாவிடம் நடந்ததை எல்லாம் விவரித்தான். "எது எப்படியோ! உனக்கு நண்பர்கள் கிடைச்சாங்கல்ல!" என்று சமாதானம் சொன்னார்.

மறுநாள் காலை பள்ளிக்குக் கிளம்பியபோதும் யோசனையாகவே இருந்தது. "புறா எங்க நந்தா?" என்று கேட்டாள் வகுப்புத் தோழி மாதவி. 'என்ன பதில் சொல்வது?' என்று அவன் யோசித்த வேளையில் தலைக்கு மேல் படபடவென்று சிறகடிக்கும் சத்தம் கேட்டது.

நந்தன் புன்னகைத்தான்.

10
பத்துக்குப் பத்து

"ஆண்களா, பெண்களா... யாரு உசத்தின்னு போட்டி வெச்சிப் பாக்கலாமா?" என்று சவால் விடும் குரலில் கேட்டான் மகேந்திரன். "தாராளமா பாக்கலாம்!" என்றாள் ராகினி.

கோடை விடுமுறையில் ரம்யாவின் வீட்டில் நண்பர்கள் சந்தித்தார்கள். ஏதாவது விளையாட நினைத்தபோதுதான் யார் உசத்தி என்ற வாக்குவாதத்தில் இந்தப் போட்டி துவங்கிவிட்டது.

சிறுமிகள் எல்லோரும் பெண்கள் குழு என்றும், சிறுவர்கள் எல்லோரும் ஆண்கள் குழு என்றும் பிரித்தனர். ரம்யாவின் பாட்டி சிவகாமிதான் நடுவர் என்றும் முடிவு செய்தனர்.

சுதா, "குழு பிரிச்சிட்டோம். என்ன போட்டி?" என்று கேட்டாள்.

சிறுவர்கள் குழு, தனியாகச் சென்று ஆலோசித்தது. அதன்பின் சிறுமிகளிடம் வந்தனர். பாபு, "ஆங்கிலத்தில, *Palindrome* என்று ஒரு சொல் தெரியும்ல? 'இருவழிச் சொல்' அப்படின்னு தமிழ்ல சொல்வோம்" என்றான்.

ப்ரியா, "ஒரு சொல்லை, இடமிருந்து வலம் படித்தாலும், வலமிருந்து இடம் படித்தாலும், அதே சொல் மாறாம வருமே, அதானே!" என்றாள்.

விஜய்குமார், "அதேதான். உங்களுக்கான முதல் சுற்று, தமிழ்ல அஞ்சு *Palindrome* சொற்களைச் சொல்லுங்க, ஐந்து மதிப்பெண்களை வெல்லுங்க" என்றான் தொலைக்காட்சி விளம்பரம்போல.

சிறுமிகள் குழு ஆலோசித்தது.

அனு, "குடகு" என்றாள்.

சுதா, "திகதி" என்றாள்.

ப்ரியா , "மாறுமா" என்று சொன்னாள்.

ராகினி, "மேகமே" என்றாள்.

பதட்டத்தில், ஐந்தாவது வார்த்தையை யோசிக்க முடியவில்லை.

"கண்ணம்மா!" என்று ஒரு குரல் வீட்டிலிருந்து கேட்டது. ரம்யா, "இன்னும் கொஞ்சநேரம் விளையாடிட்டு வர்றோம் தாத்தா!" என்று பதில் சொல்லிவிட்டு, முகமெல்லாம் ஒளியுடன், "அஞ்சாவது சொல், தாத்தா!" என்றாள். முதல் சுற்றில், சிறுமிகள் குழு, ஐந்துக்கு ஐந்து மதிப்பெண்களை வென்றுவிட்டது.

ரத்தினம், "இரண்டாவது சுற்று, அதே Palindrome, ஆனா ஆங்கிலத்தில!" என்றான். சிறுமிகள் மீண்டும் யோசிக்க துவங்கினர்.

சுதா, "Mom" என்றாள்.

ரம்யா, "Noon" என்றாள்.

கார்த்திகா, "Level" என்றாள்.

பிரியா, "Refer" என்றாள்.

சுதா சற்று நேரம் யோசித்துவிட்டு, 'Madam' என்றாள்.

இரண்டாவது சுற்றிலும், ஐந்து மதிப்பெண்களை வென்ற சிறுமிகள் குழு, மொத்தத்தில், பத்துக்குப் பத்து எடுத்துவிட்டது. அவர்களுக்கு உற்சாகம் தாங்க முடியவில்லை. ஏதோ, ஒலிம்பிக் போட்டியில் வென்றதுபோல, ஒருவர் கையை ஒருவர், ஹைஃபைவ் தட்டிக்கொண்டனர். சிறுவர்கள் குழுவிற்கு, ஒரு சிறிய அழுத்தம் வந்து சேர்ந்துவிட்டது.

சிறுமிகள் ஒன்றுகூடி, ஆலோசனை செய்தனர். ஒரு கரும்பலகையில், சில எண்களை எழுதினார்கள். கார்த்திகா, "எங்க குழுவிலுள்ள ஒருத்தி பெயருக்கான குறிப்பு இந்த எண்கள்ல மறைஞ்சி இருக்குது. அவ பேரை, நீங்க ஒரே ஒரு முயற்சியில சரியாச் சொன்னா, உங்க குழுவுக்கு அப்படியே மொத்தமா பத்து பாயிண்ட்டும் கிடைக்கும்!" என்று அறிவித்தாள்.

10-07-21
30-12-21
01-14-21

குமரன், கரும்பலகையைப் பார்த்தான். அங்கே இப்படி எழுதப்பட்டு இருந்தது.

11-01-21

24-03-21

10-07-21

30-12-21

01-14-21

கூர்ந்து கவனித்தவன், தன் குழுவினரிடம் ஏதோ சொன்னான். எல்லோரும் விரல் விட்டு எண்ணினார்கள். பிறகு ஒரே குரலில், "அனு!" என்று அறிவித்தார்கள். தோழிகளுக்கு ஒரே வியப்பு. "சரியான பதில்தான். ஆனா, எப்படிக் கண்டுபிடிச்சீங்க?" என்று சிவகாமி கேட்டார்.

குமரன், புன்னகையுடன், "முதல்ல எல்லாம் தேதிகள்னுதான் நினைச்சிட்டோம். திரும்பவும் ஒருமுறை பாத்தப்பதான், மற்ற தேதிகளை, நாள் - மாதம் - வருடம் என்னும் வடிவில் (DD-MM-YY) எழுதியிருந்தீங்க. கடைசியில் எழுதப்பட்டது, (MM-DD-YY) என்ற அமைப்பில இருந்துச்சு. அதனால், அது தேதி இல்லைன்னு புரிஞ்சிக்கிட்டேன். ஆங்கில எழுத்துக்களின் வரிசை எண்ணாக இருக்குமோன்னு முயற்சி செஞ்சி பாத்தேன். 01 அப்படின்னா A, 14 அப்படின்னா N, 21 அப்படின்னா U, மொாத்தமா சேத்துப் பார்த்தா, அனு அப்படின்னு புரிஞ்சிக்கிட்டோம்!" என்றான்.

தோழிகள் கை தட்டினர். மகேந்திரன், "சமமா பாய்ண்ட் எடுத்ததால ஆண்களும் பெண்களும் சமம்தான்!" என்றான்.

"பாயிண்ட்டுகள் முன்ன பின்ன இருந்தாலும்கூட, என்னிக்குமே ஆண்களும் பெண்களும் சரிசமம்தான், மறந்துடாதீங்க!" என்றார் சிவகாமி. பிள்ளைகள் எல்லோரும் சம்மதமாகத் தலையசைத்துப் புன்னகைத்தார்கள்.

❏

11
நம்பாதே

"**வா**ங்க வாங்க!", நித்யா தன் வகுப்புத் தோழிகளை அன்புடன் வீட்டிற்குள் வரவேற்றாள். மூவரும் புன்னகையுடன் நுழைந்தனர்.

அப்பா தன் மகளின் தோழிகளை வரவேற்றபடி சமையலறையிலிருந்து வெளியே வந்தார். அவரது கையிலிருந்த தட்டில் நான்கு கிண்ணங்கள் இருந்தன. அவற்றுள் பழத்துண்டுகள் இருந்தன. "எடுத்துக்குங்க!" என்று சொன்னவர், புதிதாக ஒரு சிறுமி வந்திருந்ததைக் கவனித்தார். தன்னை அறிமுகமும் செய்துகொண்டார்.

"ஸ்ருதி, மரியம் ரெண்டு பேரையும் உங்களுக்கு ஏற்கெனவே தெரியும். இது மெர்லின்ப்பா, புதுசா எங்க பள்ளியில சேந்திருக்கா" என நித்யா அறிமுகம் செய்துவைத்தாள்.

"நான் மாடியில என் அலுவல் அறையில வேலை செய்யப் போறேன். நீங்க பேசிக்கிட்ருங்க", என்று சொல்லிவிட்டுச் சென்றுவிட்டார்.

அதே நேரம், ஷூ சத்தம் ஒலிக்க, சீருடையுடன் பெண் காவல் அதிகாரி ஒருவர் மாடியிலிருந்து கீழே இறங்கி அவர்களை நோக்கிப் புன்னகைத்தபடி வந்தார். "எங்க அம்மா திலகவதி, காவல் ஆய்வாளர்" என அறிமுகம் செய்துவைத்தாள் நித்யா.

"எனக்கும் உங்களை மாதிரி காவல்துறையில சேரணும்னு ஆசை ஆன்ட்டி!" என்றாள் மரியம்.

"பெண்கள் எல்லாத்துறையிலயும் முத்திரை பதிக்கறாங்க! நிச்சயம் முயற்சி செய்ம்மா, உன் ஆசை நிறைவேறும். அதுக்கு நல்லா படிக்கணும்; உடல் உறுதி மட்டுமில்ல, மன உறுதியும் கட்டாயம் தேவை" என்று திலகவதி புன்னகைத்தார் .

"உடல் உறுதி புரியுது. மன உறுதிக்கு என்ன அவசியம் ஆன்ட்டி?" என்று கேட்டாள் மெர்லின்.

"நேர்மையா பணி செய்யும்போது சமூக விரோதிகளால நமக்கோ, நம்ம குடும்பத்துக்கோ அச்சுறுத்தல் வந்தாலும் கலங்காம நிக்க

மன உறுதி வேணுமில்லையா? இப்பக்கூட அப்படி ஒருத்தன் நேத்து மிரட்டியிருக்கான். அதுக்கெல்லாம் பயப்படக் கூடாது, விழிப்பா இருக்கணும். வெளிப்படையாத் தெரியிறதை அப்படியே நம்பிடக் கூடாது!" என்று சொல்லிவிட்டுக் கிளம்பினார்.

அவர் வெளியே சென்றதும், நித்யாவுக்கு திடீரென்று ஒன்று நினைவுக்கு வந்துவிட்டது. "அம்...மா?" என்று உரக்க அழைத்து, "வீட்டுல பழம் இல்லம்மா! தீந்து போயிடுச்சு" என்றாள்.

"சரி நித்தி, வரும்போது வாங்கிட்டு வர்றேன், இல்லேன்னா யார்ட்டயாவது வாங்கிக் குடுத்து விடறேன்" என்று சொன்ன திலகவதி, காவல் வாகனத்தில் ஏறினார். அவரது வாகனம் கிளம்பிச் சென்று விட்டது.

ஓரிரு மணிநேரங்கள் கழிந்தன. பேச்சு சுவாரஸ்யத்தில் நேரம் சென்றதே தோழிகளுக்குத் தெரியவில்லை. மதிய உணவு நேரம் வந்துவிட்டது. ஏற்கெனவே உணவு தயாராக இருந்ததால் தட்டில்

போட்டு அப்பாவுக்கு மாடியில் சென்று கொடுத்துவிட்டு வந்தாள். தோழிகள் நால்வரும் சாப்பிட்டு முடித்தனர். 'டிங்-டா...ங்' என அழைப்பு மணி ஒலித்தது. கதவின் லாட்ச்சை எடுக்காமல் சற்று திறந்து வெளியே பார்த்தாள். தோழிகளும் எட்டிப் பார்த்தார்கள்.

சுமார் இருபது வயதில் ஓர் அண்ணன் நின்றிருந்தான். அவனது கையில் மாம்பழங்கள் நிறைந்த கவர் ஒன்றைப் பிடித்திருந்தான்.

"அம்மா குடுத்து விட்டாங்க பாப்பா!" என்று மென்மையாகப் புன்னகைத்தான்.

மரியம் கதவின் லாட்சில் கை வைத்தாள். விட்டால் திறந்திருப்பாள். அதற்குள் முந்திக்கொண்ட நித்யா, "எங்கம்மாவா குடுத்தாங்க?" என்றாள் வியப்புடன்.

"ஆ...ஆமா!" என்றான் அவன்.

"அம்மா எப்படி உங்ககிட்ட குடுத்திருப்பாங்க? எங்க வீட்டுக்குள்ளதான் இருக்காங்க. இருங்க கூப்பிடுறேன்!" என்று ஒரே போடாகப் போட்டாள்.

அதைக்கேட்ட அவன் தடுமாற்றத்துடன் ஒரு கணம் விழித்தான். அடுத்து அங்கிருந்து ஓட்டம் பிடித்தான். அவனுடன் வந்து பதுங்கியிருந்த வேறு ஒருவனும் அவன் பின்னாலேயே ஓடினான்.

"நல்லவேளை, நான் கதவைத் திறக்கப் பாத்தேன்" என்று மரியம் அதிர்ந்துபோனாள்.

"பழம் வாங்கி அனுப்பி விடறேன்னு ஆன்ட்டி சொன்னதால நானும் நம்பிட்டேன். ஆனா, நீ மட்டும் அவனைப்பத்தி சரியாப் புரிஞ்சிக்கிட்டயே, எப்படி?" என ஸ்ருதி வியப்புடன் கேட்டாள்.

"அவன் கையில வெச்சிருந்த கவர் முழுசும் மாம்பழங்கள் இருந்துச்சுல? அம்மா நிச்சயம் அதை வாங்கி அனுப்பியிருக்க வாய்ப்பேயில்ல!" என்று சொன்னபடி, வீட்டின் பின்பக்க ஜன்னலைத் திறந்து தோட்டத்தைக் காண்பித்தாள் நித்யா.

தோட்டத்தில் இருந்த பெரிய மாமரத்தில், பல மாம்பழங்கள் தொங்கிக்கொண்டிருந்தன.

"வெளிப்படையாத் தெரியிறதை அப்படியே நம்பிடக் கூடாது!" என்ற திலகவதியின் வார்த்தைகளை மீண்டும் சொல்லியபடி, தோழிகள் ஹை-பைவ் தட்டிக்கொண்டு புன்னகைத்தார்கள்.

12

முரண்டு பிடித்தவள்

வீட்டு வாசலில், கார் வந்து நின்றது. பூஜா புன்னகையுடன் இறங்கினாள். பாட்டி நர்மதா ஆரத்தி எடுத்து வரவேற்றார். பேத்தி நலமாக வந்து சேர்ந்துவிட்டாள் என்ற தகவலைத் தன் மகள் நந்தினியிடம் அலைபேசியில் தெரிவித்தார். நந்தினி, "அவளுக்குப் பால் பிடிக்கும்மா! ராத்திரி தூங்குறதுக்கு முன்னால ஒரு கப் குடுக்கணும்!" என்றார்.

இரு நாட்கள் கழிந்தன. நந்தினி சொன்னதுபோலவே உணவைவிட, பூஜாவுக்குப் பால்தான் பிடித்திருந்தது. மறுநாள் காலையில், தாத்தா பால் கறக்கக் கிளம்பினார். பூஜாவும் கூடவே சென்று வேடிக்கை பார்த்தாள். அன்று மாலை, தாத்தாவும். பாட்டியும், பணியாளர்களும், பரபரப்பாகக் காணப்பட்டனர். "என்ன விஷயம் தாத்தா?" என்று கேட்டாள். அவரும், "நம் வீட்டில, பசுமாடு கன்னு போடப் போகுது." என்று சொல்லிச் சென்றார். பாட்டி, "கன்னுக்குட்டி பிறந்ததும் நீ சீம்பால் குடிக்கலாம்!" என்றார்.

"என்ன பால் பாட்டி?"

"சீம்பால் கண்ணு! பசுமாடு கன்னு போட்டதும், முதன் முதலாகப் பசுவின் மடியில சுரக்கும் பாலுக்குச் சீம்பால்னு பேரு. வழக்கமான பால் வெள்ளை நிறத்தில் இருக்கும்; இந்தச் சீம்பால், வெளிர் மஞ்சள் நிறத்தில இருக்கும். புரதச்சத்தும், நோய் எதிர்ப்புச் சக்தியும் சீம்பால்ல நிறைய இருக்கும். அதைக் குடிச்சா உன் உடலுக்கு ரொம்ப நல்லது" என்றார். அவளும் சரி என்று தலையாட்டினாள்.

இரவு ஆனது. இன்னும் மாடு, கன்று போடவில்லை. பாட்டி, வழக்கம்போல, பேத்தியிடம் பால் டம்ளரை நீட்டினார். வாங்கிப் பருகிய பூஜா, திடீரென்று, பாத்ரூமிற்கு ஓடினாள். அவள் வாந்தியெடுக்கும் சத்தம் கேட்டது. சற்று நேரம் பொறுத்துத் திரும்பியவள், "பால் வாடையே பிடிக்கல பாட்டி! குமட்டுது" என்று சொன்னாள். அதற்குப் பிறகு, பாலை அவள் தொடக்கூடவில்லை.

மறுநாள் காலையில் பசு, கன்றை ஈன்றது. மாலையில், அலைபேசியில் அழைத்த நந்தினி, மகளைப்பற்றி விசாரித்தார். நர்மதா, "அது என்னவோ தெரியல! ரெண்டு நாளா பாலை ஆர்வமா குடிச்சா. இப்ப திடீர்னு பாலே புடிக்காம போயிடுச்சு. இத்தனைக்கும், சுத்தமான நாட்டுப்பால்!" என்றார்.

நந்தினி, "ஆரம்பிச்சிட்டாளா? இங்க திடீர் திடீர்னு நினைச்சுக்கிட்டு முரண்டு பிடிப்பா. அங்கேயாவது ஒழுங்கா இருக்கான்னு நினைச்சுக்கிட்டு இருந்தேன்" என்று பெருமூச்சு விட்டார்.

"எதுக்கு முரண்டு பிடிப்பா?" என்று நர்மதா விசாரித்தார். "புது டிரெஸ் வேணும்னு கேப்பா. வாங்கிக்குடுத்தா, ஒரே ஒரு தடவை மட்டும் போடுவா. அப்புறமா பிடிக்கலேன்னு தூக்கி வெச்சிருவா. புடிக்காத டிரெஸ்ஸை எதுக்கு வாங்கணும்? "

"............"

"புது டிரெஸ், புது சைக்கிள், இப்படிப் பல பொருள்கள். நல்லவேளையா, வீட்டுல வேலை செய்யிற தேவியின் மகளுக்கும் பூஜா வயசுதான்; அதனால அந்தப் பிள்ளைக்குக் குடுத்திருவேன். பொருளோட அருமை தெரியாம ஏன் இப்படி செய்யிறான்னே தெரியலம்மா!"

"குழந்தைதானேடா! வளர வளர அவளுக்கே புரிஞ்சிடும்" என்று நர்மதா சமாதானம் சொன்னார்.

மறுநாள் காலையில், "பால் வேண்டுமா?" என்று நர்மதா கேட்டபோது, பூஜா வேண்டாமென்று மறுத்துவிட்டாள். தோட்டத்தில், காய் பறித்து வருகிறேன் என்று சொல்லிவிட்டு, நர்மதா சென்றதும், பூனைபோல் மெதுவாகச் சமையலறைக்குள் நுழைந்து, பாலை எடுத்து, டம்ளரில் விட்டுப் பருகினாள். குடித்து முடித்துத் திரும்பியவளின் புன்னகை, பாதியிலேயே நின்றது. "பா...பாட்டி?" என்றாள் திடுக்கிட்டபடி.

கூர்மையாகப் பார்த்த நர்மதா, "பிடிக்கலைன்னு சொன்ன?" என்று கேட்டார். பூஜா, "சாரி பாட்டி, நான் பொய் சொல்லிட்டேன். எனக்கு எப்பவுமே பால் புடிக்கும்" என்றாள்.

"................"

"அன்னிக்கு நான் நேர்ல பாத்த ஒரு விஷயத்தாலதான் அப்படிச் சொன்னேன்." என்றாள். நர்மதா வியப்புடன், "என்னம்மா பாத்த?" என்று கேட்டார். பூஜா, "ரெண்டு நாள் முன்னாடி, தாத்தா பால் கறக்கும்போது, முதல்ல கன்னுக்குட்டியை

அவுத்துவிட்டாங்க. அது பால் குடிக்க ஆரம்பிச்சதும், கட்டிப்போட்டுட்டாங்க; பாலை மொத்தமா நமக்கே கறந்து எடுத்துக்கிட்டா, அந்தக் கன்னுக்குட்டி பாவமில்லையா? அதுக்கு வயிறு எப்படி ரொம்பும்?" என்று கேட்டாள்.

நர்மதாவிற்கு ஏதோ புரிவதுபோல இருந்தது. "உனக்குப் பால் புடிக்கலேன்னு சொன்னா, நாங்க குறைவாக் கறப்போம்; கன்னுக்குட்டிக்கு நிறைய கிடைக்கும்னுதான் பால் குமட்டுதுன்னு சொன்னியா?" என்று கேட்டார். பூஜா ஆமென்று தலையாட்டியபடி, "அப்படியே அந்த கன்னுக்குட்டிக்கே சீம்பாலும் முழுசா கிடைச்சுது. இல்லேன்னா எனக்காகக் கறந்திருப்பீங்கள்ல?" என்று கேட்டாள்.

நர்மதா, பிரமித்துப் போய்விட்டார். "என் செல்லமே! உனக்கு நல்ல மனசு. சீம்பாலைப் பொறுத்தவரை, நீ சொன்னது சரிதான். ஆனா, தினமும் நம் பசுக்கள் ஒவ்வொண்ணும், காலையில மூணு லிட்டர், மாலையில மூணு லிட்டர் பால் தரும். நாம ஒரு லிட்டர் அளவுக்கு எடுத்துக்கிட்டு, மீதியை கன்னுக்குட்டி குடிக்க விட்டிடுவோம். அதனால நீ குடிக்காம இருக்க வேண்டியதில்ல" என்று விளக்கமளித்தார். பூஜாவின் முகம் பிரகாசமானது.

அன்றிரவு, பேத்தி படுக்கைக்குச் சென்ற பிறகு, மகளிடம் நடந்ததை எல்லாம் நர்மதா அலைபேசியில் தெரிவித்தார். "பூஜா முரண்டு புடிச்சதுக்குக் காரணம் அவளோட நல்ல எண்ணம்தான்னு தோணுது. பால் வேணாம்னு முரண்டு புடிச்சதுக்குப் பின்னால, கன்னுக்குட்டி மேல அவ வெச்சிருந்த அன்பு இருந்துச்சு. அதேபோல அங்க முரண்டு புடிக்கிறதுக்குப் பின்னாலயும் காரணம் இருக்கணும்" என்றார்.

"என்னம்மா சொல்றீங்க?", நந்தினியின் குரலில் வியப்பு வெளிப்பட்டது. நர்மதா, "ஆமா! அந்த தேவியின் மகளுக்கு நல்ல உடைகள், சைக்கிள் இதையெல்லாம் தரணும்னு நினைச்சிருப்பா. அதுக்காகத்தான் தனக்குப் புடிக்கலேன்னு முரண்டு புடிச்சிருக்கணும்" என்றார்.

நந்தினிக்கும் ஒரே வியப்பு. "இனிமே, புது உடைகளாவே வாங்கி, இவ கையாலேயே தேவியின் மகளுக்குக் கொடுக்க வைக்கிறேன். அப்ப முரண்டு பிடிக்கவேண்டிய அவசியமே இல்லாமப் போயிடும்ல!" என்றார். அலைபேசியில் ஸ்பீக்கரை ஆன் செய்திருந்ததால், நந்தினி பேசியது சத்தமாகக் கேட்டது. பக்கத்தில் படுக்கையில் கண்மூடிப் படுத்திருந்த பூஜா பாட்டிக்குத் தெரியாமல் புன்னகைத்தாள்.

9 788197 356834